अभिप्राय

कोणाला, किती आणि कशा प्रमाणात उपहास, विनोद समजतो याचं प्रमाण वेगवेगळं असेल कदाचित, पण... आपण स्वत:ला विनोदाचं पात्र केलं की, तो विनोद लोकांना लगेच समजतो.

हसण्याचा मार्ग मात्र फार सुखाचा असतो, असा अनुभव देणारं पुस्तक.

ऐक्य, ७-२-२०१६

सूक्ष्म निरीक्षण, भाषिक करामती, विसंगती हेरण्याची वृत्ती याच्या मदतीने लिहिलेल्या कथा, तसेच मस्त-मजेशीर व्यंगचित्र यामुळे पुस्तक वाचनीय झालं आहे.

दिव्य मराठी, नाशिक १४-१०-२०१६

दहासाल तर वाचाल

मीरा सिरसमकर

मेहता पब्लिशिंग हाऊस

◆ *या पुस्तकातील लेखकाची मते, घटना, वर्णने ही त्या लेखकाची असून त्याच्याशी प्रकाशक सहमत असतीलच असे नाही.*

HASAL TAR VACHAAL by MIRA SIRSAMKAR

हसाल तर वाचाल : मीरा सिरसमकर / विनोदी कथासंग्रह

© मीरा सिरसमकर

डी/ १२, पाटील रिजन्सी, एरंडवणे, पुणे - ४

प्रकाशक : सुनील अनिल मेहता, मेहता पब्लिशिंग हाऊस,
१९४१, सदाशिव पेठ, माडीवाले कॉलनी, पुणे - ४११०३०.

अक्षरजुळणी : स्मिता टाईपसेटर्स, ११२०, सदाशिव पेठ, पुणे - ३०

मुखपृष्ठ व
आतील चित्रे : देविदास पेशवे

प्रथमावृत्ती : १२ नोव्हेंबर, २०१५

P Book ISBN 9788184989243

E Book ISBN 9788184989250

E Books available on : play.google.com/store/books
www.amazon.in

हसत, वाचत संसार करणाऱ्या
चि. अमित
आणि चि. अनुप्रीत या दांपत्यास
प्रेमपूर्वक भेट.

दोन शब्द

तुम्हाला पुण्याच्या रस्त्यांची खड्डान्‌खड्डा माहिती आहे? 'पाऊस नको पण कविता आवर' असं कोणा कवीला म्हणण्याची वेळ तुमच्यावर आली आहे? 'घरगुती चायनीज' विकणाऱ्या हॉटेलातली 'चापसुई' किंवा 'कानसूप' तुम्ही चाखलंय?

एखाद्या विरलेल्या साडीला 'विरकली' किंवा फाटलेल्या साडीला 'टकरली' म्हणायची पद्धत तुम्ही ऐकलीये?

असं असेल तर या पुस्तकात तुम्हाला पुष्कळ खुणेच्या जागा सापडतील आणि ओळख पटल्याचं हसूही फुटेल!

विनोदाची वाट मुळात बिकट, त्यात बायकांसाठी काही प्रमाणात निषिद्धही, मीरा सिरसमकर नव्या उमेदीने तिच्यावरून जाऊ बघताहेत. सूक्ष्म निरीक्षण, भाविक करामती, विसंगती हेरण्याची वृत्ती यांची मदत घेताहेत. त्यांची ही वाटचाल त्यांना आणि त्यांच्या वाचकांना आनंदायी ठरो, ही शुभेच्छा!

मंगला गोडबोले

अनुक्रमणिका

चाळिशीची ऐशीतैशी / १

करता कविता / ६

अनेक लग्नांची गोष्ट / १३

व्यर्थसंकल्प / २०

बाई, बाई, ...किती मोबाईल! / २५

वाचाल तर हसाल / ३४

कठीण किती? / ४१

चारचाकी किस्सा / ४६

साडी साक्षरता / ५१

पत्ता कट / ५७

नाच इंडिया नाच... गा इंडिया गा... / ६३

नो सेलिब्रेशन डे / ६८

मिसळ भाषा / ७४

'विनोद' - बायका नाही बुवा? / ७९

फिरतीवर येकी घरीबस्तोसका / ८४

चाळीशीची ऐशीतैशी

हार्दिक शुभेच्छांबरोबर धोक्याच्या अनेक घंटांचे किणकिणते उपहार मिळणार आहेत याची थोडी जरी कल्पना असती तर मी एकोणचाळीसावा वाढदिवस साजरा केला नसता! "कोलेस्टेरॉल, डायबेटीस, हाय बी. पी. लो बी. पी. ब्लड शुगर लेव्हल, हाडांचा ठिसूळपणा, कमरेचे व मणक्याचे दुखणे, कॅल्शियमची कमतरता, हार्मोन्सचे चढउतार, आणि मेन म्हणजे... मेनॉपॉज ऽऽ... एक मोठा पॉज घेऊन मैत्रीण म्हणाली, सगळे चेक करायला हवे तुला आता! चाळिशी आली बाई चाळिशी!! फ्रेटफुल फॉर्टी!!!"

मग त्यानंतर आलेली प्रत्येक स्त्री चाळिशीशी संबंधित आजारांविषयी आपले स्वत:चे अनुभव कथन करू लागली. थोड्याच वेळात त्या कार्यक्रमाला 'चाळिशीनंतर होणाऱ्या रोगांचे चर्चासत्र' असे स्वरूप प्राप्त झाले. अर्थात स्त्रियांनी, स्त्रियांसाठी व स्त्रियांविषयी चालविलेल्या त्या परिसंवादात मी अनुभवी नसल्यामुळे श्रोत्याची भूमिका करत होते.

"आजाराचं जाऊ दे गं, पण आपण याच वयात घरातील सर्वांत दुर्लक्षित व्यक्ती बनू लागतो" एक मैत्रीण तक्रारीचा सूर काढत म्हणाली.

"मुलं मोठी झालेली असतात. आपापल्या मार्गाला लागलेली असतात. त्यांना आपली गरज राहिलेली नसते. नवरा आपल्या व्यवसायात किंवा नोकरीत मग्न असतो. तो वरवरच्या पदावर चढत असतो. आपण मात्र संसारात स्थिरस्थावर झालेलो असतो. यानंतर करण्यासारखे काहीच शिल्लक राहिलेले नसते. त्यामुळे मग डिप्रेशन येऊन आयुष्यात प्रचंड पोकळी निर्माण होते!!" तिने तक्राररग एका दमात आळवला...

बापरे! ते ऐकूनच माझ्या पोटात खड्डा पडला. आपण जिवंत असतानाच कशी पोकळी निर्माण होईल? पोकळ्या तर मेल्यावर निर्माण होतात ना? मी विचार करू लागले.

पण ते काहीही असो. उद्यापासून आपल्या आयुष्यात काहीतरी उलथापालथ होणार आहे हे निश्चित! एवढ्या सगळ्या तासभर सांगत होत्या ते खोटे नक्कीच नसावे. आत्तापासूनच या चाळिशीशी सामना करायला हवा.

"चाळिशीवर काही पुस्तकं आहेत का?," मी पुस्तकाच्या दुकानात जाऊन चौकशी केली. वाटलं पुस्तकांमधूनच चाळिशीतील समस्यांवर खात्रीशीर मार्ग सापडेल.

तर त्याने 'चाळिशीनंतरचे आयुष्य', 'अगं, चाळिशी किती खाशी?', 'चाळिशी नियम का न पाळीशी?', 'चाळिशी आणि स्थूलपणा', 'चाळिशी का जिवाला जाळीशी?', 'चाळिशीनंतरचा व्यायाम', 'चाळिशी नको बनू आळशी', 'चाळिशी, काळजी घ्या थोडीशी', 'चाळिशी आणि चाळिशी' अशी तब्बल चाळीस पुस्तके माझ्या पुढ्यात ठेवली.

"एवढी पुस्तकं?" माझे डोळे गरगरू लागले. "मग? सध्या बाजारात नंबर दोनची तडाखेबंद खप असलेली ही पुस्तके आहेत!" तो माहिती देत म्हणाला.

"मग नंबर एकची कोणती पुस्तक आहेत?" माझा अज्ञानमूलक प्रश्न!

"अर्थात स्वयंपाक शास्त्रावरची!" तो बत्तीशी दाखवत म्हणाला.

"हो का? पण हॉटेलमधील तिन्ही त्रिकाळची गर्दी बघून वाटत नाही हं तसे!" मी त्याला म्हणाले. चाळिशी आली तरी स्वतःच्या अडाणीपणावर पांघरूण घालण्याचा स्वभाव जातोय कुठे? असो. त्या पुस्तकांमधील मला मानवतील अशी दहा पुस्तके घेऊन मी घरी आले.

"हे काय? चाळिशी आणि अकलेचे दिवे पाजळिशी असे पुस्तक नव्हते का बाजारात?" आठशे चाळीस रुपये ऐंशी पैसे फक्त, त्या बिलाकडे बघत नवरा उद्गारला. "एवढं काय त्यात? मी नाही का पार केली चाळिशी?"अगदी सहज पण तो म्हणाला.

"अहो तुमची गोष्ट निराळी! पुरुषांच्या बाबतीत निसर्ग व समाज या दोघांनीही हातात हात घालून पक्षपात केला आहे. काय तर म्हणे,

कार्येषु माता
करणेषु दासी
भोज्येषु माता
शयनेषु रंभा...
हे असं अमकेषु तमकेष, तमकेषु अमकेष असं स्त्रियांनी असावं!
म्हणजे तिने या रोलमधून त्या रोलमध्ये त्या रोलमधून या रोलमध्ये
नित्य वेषांतर करीत राहावे, हिंदी सिनेमातल्या भूमिकांसारखे!!

पण हिंदी सिनेमाचं एक मात्र बरं असतं. स्त्रियांच्या भूमिकांचे दोन-चार
टाईपकास्ट ठरलेले! तब्बल अर्धा डझन सिनेमांमध्ये नायकाबरोबर नायिका
बनून गावातील शेतांमध्ये, बागांमध्ये यथेच्छ हुंदडायचे आणि बरोब्बर

सातव्या सिनेमात त्याच नायकाची 'कपडे सिलानेवाली बूढ़ी माँ' किंवा 'बर्तन माँजनेवाली अंधी बहन' बनायचे.

"आज तुम्हारी वजह से ही मैं बी.ए.की इम्तिहान मे फर्स्ट क्लास फर्स्ट आया माँ!" असे सद्गदितपणे म्हणून तोच नायक पुढे अनेक सिनेमात अनेक वर्षे तिला मिठाई खिलवू शकतो. प्रेक्षकही ती माँ-बेट्याची आगळी जोडगोळी कौतुकाने सहन (हजम) करतात.

म्हणजे रेखाने जरा कुठे अक्षयकुमारबरोबर नायिकेचे काम केले तर, "पन्नाशी गेली ना हिची? काय ही नसती थेरं!" असं म्हणून नाक मुरडायचे आणि आपली नात शोभेल अशा नायिकेबरोबर काम करणाऱ्या देवानंदला मात्र 'चॉकलेट हिरो' म्हणून मिटक्या मारत बघायचे, हा पक्षपात नाही तर काय?

स्त्रियांनी जरा पस्तिशी पार केली की त्यांना काकू, काकू म्हणताना जराही कां कू न करणारे पुरुष, स्वतःची 'साठी' आली तरी,

कशाला घालू मी रुद्राक्ष

माझ्यासाठी वाट पहाताहेत

अजूनही तारुण्याचे गवाक्ष

असं म्हणून स्वतःला मात्र यौवनाच्या उंबऱ्याआतच ठेऊ पाहतात. "वा! वा!" म्हणून सगळे त्यांना दादही देतात. त्यांच्या हिरव्या मनाचं गुलाबी कौतुक गातात.

"आई राहू देत गं तुझं, मला टीव्ही बघायचा आहे!" टीव्हीचे बटण लावत मुलगा म्हणाला.

"अरे काय असणार आहे टीव्हीवर? त्वचा चिपचिपी हुई ये क्रीम लगाओ, रुखीसुखी हुई वो मरहम लगाओ, साँवली है – फेयरनेसकी क्रीम लगाओ, हलदी और उबटन का लोशन लगाओ" – तमाम जाहिरातींमध्ये स्त्रियांनाच सौंदर्यवर्धनाचे सल्ले!!" मी म्हणू लागते.

तेवढ्यात मेधा पाटकरचा चेहरा एका चॅनेलवर चमकला. सावळा वर्ण, केसांवर रुपेरी झाक, चेहऱ्यावर आत्मविश्वास आणि डोळ्यांमध्ये विलक्षण तेज! अकृत्रिम सौंदर्याचे जणू साक्षीत्व – कामाच्या जिद्दीने ओतप्रोत भरलेल्या त्या स्त्रीकडे बघून वाटले, यांनी कधी पार केली असेल चाळिशी? समाजकार्यासाठी स्वतःला वाहून घेतल्यानंतर वयाचा विशिष्ट टप्पा ओलांडलेला लक्षात तरी आला असेल का त्यांच्या?

...आणि मग आठवू लागले...

व्यसनमुक्तीसाठी झटणाऱ्या डॉ. अनिता अवचट – स्वत:च्या असाध्य व दुर्धर रोगाची पर्वा न करता पेशंट्सच्या जीवनात निरामय आनंदवन फुलवताना त्या आपले वय नक्कीच विसरल्या होत्या. सदैव हसतमुख आणि चिरतरुण दिसणाऱ्या डॉ. बानू कोयाजी – त्यांच्याकडे बघून वयही सय विसरले होते. अनेक उद्योजकांना आदर्शवत असलेल्या डॉ. लीला पूनावाला – त्यांच्या कार्यक्षेत्रात येत असेल का वयाचा अडथळा? आपल्या देशाचा त्याग करून भारतातच पददलितांसाठी काम करणाऱ्या मदर तेरेसा – वाढत्या वयाबरोबर त्यांच्या कार्याचा आलेखही चढता होता. त्यांच्या चेहऱ्यावरील स्नेहाळ सुरकुत्या जणू तेच दर्शवत होत्या. भावविभोर काव्यातून तारुण्य जपणाऱ्या प्रसन्नचित्त कवयित्री शान्ता शेळके, मोहक, मंजूळ स्वरांनी अनेक पिढ्या मंत्रमुग्ध करणाऱ्या लता मंगेशकर, प्रौढपणीही चाफ्याच्या कळीसारख्या दिसणाऱ्या सुनीताबाई देशपांडे...
...बघताबघता अशा कितीतरी चमचमणाऱ्या चांदण्यांनी मघाशी निर्माण झालेली माझी अवकाश पोकळी भरून गेली.

"गरजूंसाठी काम करायचं, इतरांसाठी काम करायचं, कामातून आनंद मिळवायचा, निर्माण करायचा आणि इतरांनाही तो भरभरून द्यायचा. त्याचा वयाशी काम संबंध?–" लखलखाट करीत त्या चांदण्या जणू सांगू लागल्या – "अरे, खरंच की? कुठे आहे ती फिरयफुल फॉर्टी? उलट आनंदाच्या प्रवासाला आत्ता कुठे सुरुवात झालीये–" लाईफ बिगिन्स ॲट फॉर्टी!!

◆

करता कविता

''हा घ्या माझा कवितासंग्रह'', विश्वकोशाच्या एखाद्या खंडाइतके जाडजूड पुस्तक, माझ्या हातात उत्साहाने सोपवत एक कवी म्हणाले.

''लहानपणापासूनच करताय का कविता?'' पुस्तकाचे वजन कसेबसे सांभाळत मी आश्चर्याने त्यांना प्रश्न विचारला.

''करतोय तसा नोकरी लागल्यापासून. पण या फक्त गेल्या वर्षभरातीलच कविता आहेत. रोज दोन या हिशोबाने एकूण सातशेतीस भरल्या'', ते अगदी सहज उद्गारले!

बापरे! शारदादेवीचा सुपर वरदहस्त लाभलेल्या त्यांच्या शिराकडे बघून मी नतमस्तक झाले आणि घरी आले खरी, पण त्यानंतर त्यातील कविता वाचून मला सडकून (कवी) ताप भरला होता.

कविता करणे म्हणजे लेखनकलेतील अगदी सर्वात सोपा प्रकार अशी काहींची समजूत झालेली असते. ''थोरथोर साहित्यिक'' अशी उंचावरची पदवी गाठायची असेल तर त्याची पहिली पायरी म्हणजे कविता, अशीही काहींची भावना झालेली असते. मग थोडे इकडचे शब्द तिकडे आणि तिकडचे शब्द इकडे फिरवून कविता केल्या जातात आणि 'शब्दांच्या वळणे, कवितांचे दळणे' या न्यायातून त्यांच्या काव्यगिरणीतून किलोकिलोने कविता बाहेर पडतात. त्या रसिकांच्या पचनी पडोत अथवा न पडोत, त्याची कवीला कशाला चिंता?

प्रसिद्ध कवीची एखादी रचना घेऊन त्यातील शब्दांची मोडतोड करून आपले काही शब्द टाकून सरळसरळ एखादी नवी कविता निर्माण केल्याचा आभास काहीजण निर्माण करतात. 'भंगुनी भंगात

साऱ्या भंग माझा वेगळा’ किंवा ‘ठोकून टाकणे अन् खोदून ते पुराणे’ अशा रचना वाचल्यानंतर कोणीतरी भारी मोबाईलचा हँटसेट चोरून त्यातले सिमकार्ड काढून त्यात आपले कार्ड टाकून वर आपलाच फोन आहे असे भासवून उजळ माथ्याने मिरवत आहे असे वाटते!

काही ठरावीक शब्दांचा वापर तर कवितांमध्ये अनेकवेळा होतो. उदाहरणार्थ, ‘खुळा’ हा शब्द. सततच्या वापराने त्या शब्दाचा पार खुळखुळा झाला आहे! खुळ्या वाटा, खुळ्या लाटा – इतकंच काय खुळा चहा, खुळी कॉफी, खुळी साखर, खुळा गॅस... सगळंच खुळं! काही विशेषण सापडलं नाही की घाल शब्द खुळा. जणू वाचक दूधखुळाच असतो! ‘हळवा’ हाही एक दुसरा शब्द. कवितेत वापरून वापरून पार कडक झालेला आहे. ‘हळवी फुले’, ‘हळव्या कळ्या’ हे ठीक आहे. पण एकाने आपल्या कवितेत ‘हळवा बल्ब’ असे म्हणून चक्क विजेवर चालणाऱ्या दिव्याला कोमल बनवलं होतं!

‘एकदा मी लाडू फोडत होतो कडक

तेवढ्यात गाडीला बसली म्हशीची धडक’

यमक जुळविण्याच्या नादात ‘कडक’ला ‘धडक’ जोडून केलेली ही रचना अशी खडक झालेली आहे. कारण कवितेत यमक हे असलंच पाहिजे अशी काहींची भ्रामक कल्पना असते. यमक हे जुळवायचं कसं, त्यापेक्षा ते मिळवायचं कसं? हा तर एक कूटप्रश्न असतो. मग तो सोडविण्यासाठी अनेक क्लृप्त्या वापरल्या जातात. प्रत्येक ओळीतील शेवटचे शब्द आधी गोळा करायचे आणि मग त्याबरहुकूम त्याच्या आधीच्या शब्दांना बांधत बांधत आणायचे. मग त्यातून ‘आधी कळस मग पाया’ या स्वरूपाचे बांधकामाचे अद्भुत नमुने तयार होतात. दूर, चूर, पूर, सूर असे चार-पाच ‘र’कारार्थ शब्द घेऊन एकाने,

“तुझ्या आठवणीत चूर

मी गेलो किती दूर

तेथे आला नदीला पूर

पोहता येईना मज गं,

मारू कसा सूर?”

अशी ताकास तूर न लावता, वाहती प्रवाही रचना (त्याच्या मते)

केली होती. या शब्दांच्या पत्त्यांच्या बंगल्यात आशयाला स्थान देण्याची तरी काय गरज? ''आशय दाखवा आणि हजार रुपये मिळवा'' अशी एकदा एका कवीच्या कवितासंग्रहाविषयी स्पर्धा जाहीर करण्यात आली होती.

आशयाचा पत्ता नसला तरी अनेक कविजनांना पावसाचा विषय मात्र भारी प्रिय असतो. पाऊस झरू लागला की यांचीही लेखणी पाझरू लागते. मग विषय तोच आणि शब्दही तेच. वारा म्हटले की गारा येणार, गारा म्हटले की पारा येणार. त्यापाठोपाठ धारा येणार असा वारा-गारा-थारा-पारा-धारा या साखळीवजा पर्जन्य अस्त्रांचा मारा केला की त्यांच्या कवितांमध्ये पाऊस पडू लागतो. 'पावसावरील माझ्या १६९ कविता' हा कार्यक्रम एक कवी साऱ्या महाराष्ट्रभर सादर करतात. एकदा अगदी दूरवर दुष्काळी भागात हा कार्यक्रम सादर केल्यानंतर एकाने 'पाऊस नको पण कविता आवर' अशी प्रतिकविता तयार केली आणि खुद्द त्या कविमहाशयांना ऐकवलीसुद्धा म्हणे!

जगात कुठेही कोणतीही आपत्ती येवो. त्यापाठोपाठ कवितांची आपत्ती जरूर येत असते. भूकंप झाला की कवींची मने फाटणारच. मागे सुनामी आपत्तीनंतर जो काही कवितांचा पूर आला त्याला थोपवावे कसे या विचारांनी माझी एक संपादक मैत्रीण अगदी शिणून गेली होती. २६ जुलैचा मुंबईतील पूर ओसरल्यानंतरही ती कित्येक दिवस भयभीत अवस्थेत होती.

महाराष्ट्रात कवींची एकूण संख्या किती? 'तीन लाख चार हजार पाचशे त्रेपन्न' असे त्याचे उत्तर देता येईल. ही संख्या मोजल्यावर जर कमी भरली तर काही कवी महाराष्ट्राबाहेरील गावांमध्ये गेले आहेत असे खुश्शाल समजावे. कवींची संख्या जितकी अमाप तितकी कवितांच्या प्रकारांचीही संख्या अफाट! पूर्वी दोन-दोन, तीन-तीन पानी दीर्घ कविता केल्या जात. त्यानंतर चौदा ओळींचे सुनित काव्य आले. मग 'आठोळ्या' आल्या. कशाला त्या आठ ओळी तरी हे घ्या माझे षट्कार असे म्हणत एका कवीने सहा ओळींच्या कवितांचे षटक ठोकले. चारोळ्या तर इतक्या निर्माण झाल्या की जणू कवी-कवयित्रींनी चारोळी चळवळीचीच स्थापना केली की काय? अशी शंका यावी. 'दोनोळी' हा काव्याचा सध्याचा सर्वात प्रचलित असलेला लघुप्रकार. काहीवेळा

कवींच्या नावातील शब्दसुद्धा या दोनोळीतील शब्दसंख्येपेक्षा जास्त असतात.

त्यातूनच टोपण नावे देण्याची प्रथा सुरू झाली. शिवाय त्यामुळे केशवसुत, गोविंदाग्रज, केशवकुमार, बी यांच्यासारख्या दिग्गज कवींच्या रांगांत येण्याच्या मानाचा आभास होतो, तो वेगळाच. 'सरिता आकाशराव समुद्रकर' या कवयित्री 'सुकाव्या सरिता समुद्रकर' असे आपले नाव लिहित. एकदा एका तालुका पातळीवरील गावात कविता सादर करताना ''आवो समुद्रकरबाई, 'सुकाव्या सरिता' ह्ये कसलं दळभद्री लक्षान म्हणायचं हो! आदीच आमच्या गावात पाऊस पडत नाही. आन् तुमी

खुशाल 'सुकाव्या सरिता, सुकाव्या सरिता म्हनून राह्यलात की वो!'' असं जाहीरपणे एका महिलेने खडसावले. तेव्हा 'सुकाव्या' म्हणजे 'वाळाव्या' या अर्थी नसून, चांगले काव्य याअर्थी विशेषण आहे, असे सांगून सांगून सरिताबाई दमल्या. पण लोकांना त्यांचे म्हणणे पटेना. शेवटी लोकांच्या भौगोलिक भावना दुखावल्या जाऊ नयेत म्हणून त्यांना त्यांच्या टोपण नावाचा त्याग करावा लागला. खरं तर कवींना टोपण नावाचा चिलखतासारखा उपयोग होतो. काव्य आवडले तर चिलखत काढायचे. नाही तर झाकली कविता सव्वा लाखाची राहते.

"भल्या पहाटे मांजर उठले

भीमथडीला पूर

वसुमतीने जेवण केले

जर्मनीत हो धूर''

या कवितेचे वाचन करताना एका कवीला एका प्रेक्षकाकडून तीन वेळा वन्स मोअर मिळाला. कवी महाशयांनी तिन्ही वेळेला तितक्याच उत्साहाने कविता सादर केली. पण पुन्हा चौथ्यांदा जेव्हा वन्स मोअर मिळाला तेव्हा मात्र त्यांनी आश्चर्याने विचारले, ''एवढी आवडली का कविता तुम्हाला?'' त्यावर, ''अहो, मला समजलीच नाही कविता तुमची – म्हणून मी तीनदा वन्स मोअर दिला तुम्हाला!'' असे त्या प्रेक्षकाकडून उत्तर आल्यावर त्या कविमहाशयांना 'माझी कविता असेल दुर्बोध पण तिच्यात ग्रेस आहे' असे म्हणून सारवासारव करावी लागली होती.

'सोपे लिहिणे अवघड असते' या चालीवर 'अवघड लिहिणे सोपे' असे म्हणता येईल कदाचित आणि त्याच चालीवर मुक्त कवितेबाबत म्हणता येईल. कारण मुक्त कविता म्हणजे दुर्बोधाची लहान बहीण! तिला कशीही चालविण्याचा सुप्त परवाना कवीकडे असतो. मुकी बिचारी कशीही हाका! या स्वैर संचारात नियमांना कोण विचारतोय? ना छंदाचा फंद, ना वृत्ताचा ताळेबंद. तिला घेऊन कसेही फिरा आणि कुठेही जा स्वच्छंद!

एकदा एका कवीने, ''हिरवा प्रकाश जेव्हा फक्त पांढऱ्या धरतीवर उतरतो तेव्हा लाल पाण्याचे किती होत असतील? असा विचार करून मी काळा ठिक्कर पडलो आहे. आता तोच डांबरी चेहरा घेऊन मी

फिरतोय रस्तोरस्ती...'' वस्तूंचे नैसर्गिक रंग बदलून अशी स्वत:चा वेगळाच रंग दाखविणारी मुक्त कविता केली होती. त्यावेळी प्रेक्षकांच्या चेहऱ्यावरील रंग उडून गेले होते.

''समुद्राच्या किनाऱ्यावर पाहिली मी वडाची झाडे –

(माडाची नव्हे!)

किती मासे खेळत होते त्यावर सुरपारंब्या...

(जिवंत होते ते पाण्याबाहेर?)

मी विचारलं त्या माशांना काळचक्राचं गणित...

(बापरे!)

ते म्हणाले, 'मीन युगात जमिन हेच आमचं घरं!''

(ही बहुधा काळाच्या खूप पुढची कविता असावी!)

काही कवींना तर कवितेतून सतत प्रश्न विचारायचीच खोड असते.

''मी बंधाऱ्यावर बसलो होतो शेतात

तितक्यात तिथे विमान घुसले वेगात

नांगर चालवणारा मी विमान कसे चालवू?

मळ्यात फिरणारा मी आकाशात कसे बागडू?

दगड वेचणारा मी चांदण्यांना कसे लगडू?

भावाशी भांडणारा मी चंद्राशी कसे झगडू?''

असे प्रश्नांवर प्रश्न असलेली ही कविता! शोधत बसा त्याची उत्तरे. एकदा मात्र एकाने ''तुम्हाला कोणी सांगितलंय आकाशात विमान चालवून बागडा म्हणून?'' असा उघड उघड प्रतिप्रश्न करून त्या कविराजांना भर मैफलीत निरुत्तर केले होते.

साहित्य संमेलनातील कविसंमेलने म्हणजे तर कवींच्या काळजातील कळीचा मुद्दा. कविता ऐकणाऱ्या सुजाण, सहनशील श्रोत्यांपुढे कविता वाचायची संधी मिळणे, तेही माईकवरून यासारखा दुसरा परम आनंद कोणता? ही कविसंमेलने मुद्दाम रात्रीच्या वेळी आयोजित केली जातात. प्रेक्षकांची सोय हा त्यातील महत्त्वाचा गोपनीय मुद्दा– ''जागलो तर ऐकली, झोपलो तर सुटली'' अशी भूमिका घेतलेले विचारी प्रेक्षक. त्याचप्रमाणे माईकवाले, लाईटवाले, सतरंजीवाले ही बिच्चारी जनता आणि कवींना आवरणाऱ्या कार्यकर्त्यांची अति बिच्चारी जनता अशा

लोकांनी प्रेक्षागृह भरलेले असते. बंड, क्रांती, संघर्ष, विद्रोह, साधे प्रेम, देशप्रेम, दुष्काळ, भूकंप, पूर यासारख्या विषयांवर कविता वाचणारे कवी असल्यानंतर संमेलनात गडबड गोंधळ होणारच हे गृहीत धरलेले असते.

पण एकदा एका कवी संमेलनात

''मी थुंकतो तुमच्या घरादारावर, धनसंपत्तीवर...

मी थुंकतो तुमच्या भारी शर्टावर, भरजरी साडीवर...

मी थुंकतो भरवस्तीत, हमरस्त्यावर, नाक्यावर, चौकीत...''

अशी थुंकीचा सडा टाकणारी कविता एका कवीने वाचली. तेव्हा सर्वत्र शांतता पसरली होती. सर्वजण सावध झाले होते, न जाणो हा आपल्या अंगावर पचकन् थुंकायचा! अशा संमेलनांमध्ये कवींची संख्या, त्यांना दिलेला वेळ आणि प्रेक्षकांची सहिष्णू वृत्ती यांचे त्रैराशिक कधीच जुळत नाही एवढे मात्र खरे!

महाराष्ट्र प्रेमावरील कविता सादर करताना एका कवीने

''माती माझी, मी मातीचा

दगड माझे, मी दगडांचा

पाणी माझे, मी पाण्याचा

लोखंड माझे, मी लोखंडाचा...''

अशी विश्वातील सर्व वस्तूंचे आणि त्याचे नाते जोडणारी कविता तब्बल एकोणीस मिनिटे वाचली. काही लोक बाहेर गेले, चहा पिऊन आले तरी यांचा 'अद्वैत सिद्धान्त' चालूच होता. अखेर ''देश माझा, मी देशाचा'' अशी जोरजोरात टाळ्या वाजवून प्रेक्षागृहातून कोणीतरी आरोळी ऐकली. तेव्हा ते महाशय स्थानापन्न झाले.

'विश्व माझे, मी विश्वाचा' असेच एकदाचे का म्हणून टाकत नाहीत म्हणजे मग कविता करण्याचा विषयच संपला!' असा मैत्रीपूर्ण सल्लाही मागून कोणीतरी दिला.

'जे न देखे रवी ते देखे कवी' असे म्हटले जाते. ते असेलही खरे – परंतु जे देखे कवी त्याची दरवेळी कविताच का व्हायला हवी?

◆

अनेक लग्नांची गोष्ट

''हाय आंटी,'' माझ्या हातातल्या पाव टनी पिशव्यांपैकी काही पिशव्या स्वत:च्या हातात घेत एक तरुणी माझ्यासमोर येऊन म्हणाली.

मीही तिला अगदी उत्स्फूर्तपणे 'हाय' म्हणाले. खरं तर मी तिला अजिबात ओळखले नव्हते. पण तिला पाहून, म्हणजे माझ्या हातातील असे सामान घेणाऱ्या तिला पाहून मला खूपच 'हायसे' वाटले होते.

त्या चकचकीत मॉलमधील डाव्या, उजव्या, समोरच्या, मागच्या अशा चौफेर सर्व शोकेसमधील खूप सारे सामान, 'बघ किंमत, घाल ढकलगाडीत' या हिशोबाने मी भरले होते. गुळगुळीत स्पार्टेक टाईल्सवरून ती गाडी इकडून तिकडे स्टाईलमध्ये फिरवताना आणि मिरवताना किती वजन होतेय, हे कुठे लक्षात आले होते? त्या थंडगार एसीच्या वातावरणात जो तो एकमेकांकडे बघून हसतानाच दिसत होता. मीही हास्यमुद्रांकित होऊन बरेचसे लागणारे / न लागणारे सामान भरत राहिले. पुन्हा काऊंटरवरील हसतमुख तरुणाने त्या सगळ्या वस्तूंचे संगणकीकृत बिल भरकन् हातात दिल्यावर मीही तितक्याच झर्रकन् वेगाने माझे कार्ड (क्रेडिट का डेबिट कुठले तरी) पुढे केले होते. ते सगळे सामान भल्या थोरल्या पिशव्यांमधून जेव्हा माझ्या हातात पडले तेव्हा मात्र माझ्या पोटात गोळा आला. ते वजन कसेबसे सावरत असताना ही तरुणी मदतीला आली होती अन् मग माझ्या पोटातील तो गोळा उतरता झाला.

''असू दे, असू दे'' मी आपली तोंड देखल्या सौजन्याने कोण असेल ही याचा मनाशी अंदाज लावत तिच्या तोंडाकडे बघून म्हणाले.

"ओळखलं नाही का आंटी?" माझ्या चेहऱ्यावरील भाव बघून ती म्हणाली.

"अगं हो तू रिंकी ना?" स्मरणशक्तीला बराचसा ताण दिल्यावर माझ्या लक्षात आले होते. ती माझ्या शेजारणीच्या बहिणीची पुतणी. तिच्याकडे सटी सहामाशी येणारी.

"अगं किती मोठी दिसतीयस? अन् लग्न कधी केलंस?" मी तिच्या वाढीव पोटाकडे बघून आश्चर्याने विचारले.

"ई ऽऽई ऽऽ लग्न? लग्न काय?" ती किंचाळून म्हणाली. "कोणी सांगितलं मी लग्न केलं म्हणून?" कानावर हात ठेवत तिनं विचारलं.

वाढत्या अंगाच्या रिंकीच्या तब्येतीत इतकी सुधारणा झाली होती, म्हणून कदाचित माझा काहीतरी गैरसमज झाला असावा. मग स्वत:ला सावरून घेत मी म्हणाले, "तब्येत अगदी छान झालीये हं तुझी."

"हो खरंतर वजन अजून थोडं वाढायला हवंय असे डॉक्टर म्हणत होते."

डाएटिंगच्या जमान्यात ही पोरगी वजन वाढवतेय! "का बरं?" मी नवल वाटून विचारले.

"अगं, मी प्रेग्नंट आहे ना!"

"काय?" आता किंचाळण्याची पाळी माझी होती.

"लग्नाआधी प्रेग्नंट?"

"हो, डिलिव्हरी झाल्यानंतर लग्न."

लग्न डिलिव्हरी? डिलिव्हरी... लग्न? तिचा क्रम काही तरी उलटसुलट झाला होता बहुधा. का पाळी चुकली होती? माझाच गोंधळ उडाला.

"अगं त्यात काय एवढं? आधी मी त्याला दोन तीन वर्षे ऑब्झर्व करणार!" ती माझ्या विस्फारित डोळ्यांकडे बघून म्हणाली.

"कोणाला दोन-तीन वर्षे ऑब्झर्व करणार?" मी अज्ञान प्रकट करत म्हणाले.

"अगं, अशी काय करतेस आंटी, बॉय फ्रेंडलाच!" ती अगदी सहजतेने म्हणाली, "दोन-तीन वर्षांत त्याचं निरीक्षण केल्यानंतर त्याचं सगळं मला पटलं की मग मी त्याच्याशी लग्न करणार!" ती पुढे त्याच सहजतेने म्हणाली.

म्हणजे ज्याचं बाळ हिच्या उदरी वाढतंय त्याला दोन-तीन वर्षांच्या

निरीक्षणअंती ही माळ घालणार!

थरथरत्या हातांनी पोहे भरलेली बशी देत मुलींनी, मुलांना '(न) बघण्याचे' कार्यक्रम आता इतिहासजमा होत आहेत, हे समजल्यावर किती बरं वाटत होतं!

''मुली, तुला विणणं, शिवणं, गाणं, खाणं येतं का?'' असे सरधोपट प्रश्न मुलीला विचारले जायचे. त्यातल्या 'गाणं' या प्रश्नाला सोडून इतर सर्व प्रश्नांना होकारार्थी उत्तर दिले जायचे. अर्थात मुलाच्या नकारा/ होकाराचा या प्रश्नांशी अर्थाअर्थी संबंध नसायचा. होकार असेल तर मोठ्या मुश्किलीने कळवला जायचा अन् नकाराची चालढकल करताना पत्रिका, मंगळ, नक्षत्र, नाडी, गोत्र अशी कोणतीही ढाल वापरली जायची. आता परिस्थिती किती बदलत चाललीये. स्थळ सांगून आले की, मुलगा आणि मुलगी एखाद्या वेगळ्याच स्थळी जाऊन एकमेकांना भेटतात. एकमेकांच्या स्वभावाचा, घरगृहस्थीचा अंदाज घेतात. तिथे कोणी त्रयस्थही उपस्थित नसतो. खरंच काळ किती पुढे गेला आहे. किमान इतकी सुधारणा तर हवीच. पण आता हा काळ 'आधी बाळ अन् मग लग्नाची माळ' अशा वेगळ्या वाटेनं पुढे जात आहे, हे मात्र नव्यानं समजलं. ग्लोबलायझेशनच्या या गोंडस बाळाला आता आपल्या आई-वडिलांच्या लग्नाला उपस्थित राहायचा मान मिळणार आहे तर!

बऱ्याच वर्षांपूर्वी आमच्या शेजारी एक जोडपं राहायचं. चांगली पाच-सहा वर्षे ते हसतं-खेळतं होतं. तेही एक आश्चर्यच! एके दिवशी त्यांनी दारावर अचानकच दोन पाट्या ठोकल्या. वर 'अनुष्का खत्री' आणि खाली 'निलेश जायपत्री'. म्हटलं झाली असेल काही वादावादी म्हणून तिला आपलं मूळ माहेरचं नाव लावावंसं वाटलं. नाहीतरी ती सतत 'हमारा खत्री खानदान, हमारा खत्री खानदान' असा काहीही झालं की अभिमानाने उल्लेख करायची. मी तिला म्हणायची सुद्धा, 'तू स्वतःचे नाव अनुष्का खत्री जायपत्री असेच का नाही लावत?' महाराष्ट्रात कितीतरी स्त्रिया हल्ली डब्बल नावे लावतात. मागे अशाच एका स्त्रीने आपले 'मीनाक्षी लक्ष्मीधर सहस्त्रबुद्धे कोटीकर' असे काहीसे निबंधात्मक नाव सांगितले. मला मात्र लक्ष्मीधर हे तिचे पिता का पती हा प्रश्न पडला होता! दोन आडनावे लावताना आधी माहेरचे आणि मग सासरचे आडनाव असते. पण या नावात लक्ष्मीधर हे नाव माहेरच्या आडनावाआधी

लावलेले होते. पण लग्न झाल्यानंतर मधले नाव तर पतीचे असते. म्हणजे लक्ष्मीधर हे तिच्या पतीचेच नाव असावे. अशा पद्धतीने माझ्यापरीने तो कूटप्रश्न मी पायरीपायरीने सोडविला होता!

तर मूळ मुद्दा अनुष्का खत्री जायपत्रीचा. त्यांनी भांडणे झाली म्हणून वेगळ्या पाट्या ठोकल्या आणि थोडे दिवस किचन, बेडरुम, ड्रॉईंगरूम विभागून एकत्र राहण्याचा प्रयत्न केला. आणि पुढे काही दिवसांनी सरळ तो फ्लॅट विकून दोन वेगवेगळे फ्लॅट घेऊन ते विभक्त राहू लागले. आधी एकमेकांची भक्ती करायची. मग लग्न करताना सगळी आर्थिक शक्ती खर्च

करायची आणि मग पटले नाही तर पुन्हा विभक्ती पत्करायची. त्यामुळे शहरांमध्ये हल्ली 'लिव्ह इन' राहण्याची पद्धत सुरू झाली आहे म्हणे. तर आता हे 'लिव्ह इन' म्हणजे काय प्रकरण आहे? 'लिव्ह इन' म्हणजे प्रत्यक्ष विवाह न करता विवाह झालेल्या नवराबायकोंसारखं एकत्र राहायचं. थोडक्यात लिव्ह इन म्हणजे अप्रत्यक्ष विवाह, गांधर्व विवाह, राक्षस विवाह, गुप्त विवाह, पलायन विवाह, प्रेम विवाह, नोंदणी विवाह, वैदिक विवाह... हे सारे विवाहाचे प्रकार फार पूर्वीपासूनच आपल्याकडे प्रचलित आहेत. त्यात आता या नव्या प्रकारच्या अप्रत्यक्ष विवाहाची भर पडली आहे. 'तुझं तू माझं मी' (TTMM) पद्धतीने ते एकत्र राहतात, हसतात, खेळतात, गप्पा मारतात, काम करतात, कोणावर कसलीच सक्ती नाही. पण अशा अप्रत्यक्ष विवाहात फारशी भांडणेच होत नाहीत म्हणून एका मुलीने इनमिनतीन वर्षांतच या 'लिव्ह इन' प्रकरणाला सोडचिठ्ठी दिली होती. अर्थात ही सोडचिठ्ठी तोंडीच दिली असेल. कारण लग्नच नाही तर घटस्फोट तरी कुठला?

हा 'लिव्ह इन' पद्धतीचा अप्रत्यक्ष विवाह आपल्याकडे फारसा रुळलेला नाही. ''लग्नाच्या गाठी देवानेच वर बांधलेल्या असतात, आपण फक्त त्या गाठी खाली कधी सापडतात याची वाट पाहायची असते,'' असे म्हणून मुलीचा पदर घेऊन त्याची अदृश्य गाठ शोधणाऱ्या वधुपित्यांचे प्रमाण आपल्याकडे आजही कमी झालेले नाही. मुलीच्या आई-वडिलांना तिच्या लग्नासाठी कराव्या लागणाऱ्या खटपटीतूनच आपल्याकडे वटसावित्रीच्या व्रताची प्रथा सुरू झाली असावी. थोर प्रयत्नांनी मिळालेला नवरा गाठीशी राहावा म्हणून 'सात जन्म हाच पती मिळू दे' अशी स्त्रिया प्रार्थना करतात. त्याचा खरंतर वडाच्या झाडाशी 'सुतराम' संबंध नसावा. (पण काही बंडखोर स्त्रिया ''पती हाच मिळू दे, पण शेजाऱ्याच्या रूपात'' अशीही मनोमन प्रार्थना करतात असे ऐकले आहे!)

परदेशात मात्र (विशेषत: इंग्लंड, अमेरिकेत) 'एका जन्मी सात पती मिळू देत' असे काहीसे एक आणि सात या संख्येची उलटापालट केलेले व्रत स्त्रिया करत असाव्यात. 'एलिझाबेथ टेलर' या सुप्रसिद्ध सिनेनटीने जीवनभरात एकूण सात लग्ने केली. ती आठवे लग्न करणारच होती. परंतु तिचा आठवा 'भावी' पती हा आपला पहिलाच (म्हणजे सात 'भूत' पतींपैकी) 'भूत' पती होता. हे तिच्या लक्षात

आल्यावर तिने लग्नबंधनात न अडकता त्याच्याशी 'मोकळी मैत्री' ठेवायची असे ठरवले.

पतीने 'डार्लिंग' म्हटले नाही, माझ्याकडे बाहेर जाताना बघितले नाही, गावाहून आल्या आल्या लगेच बोलला नाही, एकदा तर तो माझे नावच विसरला, काल सकाळी तो गुड मॉर्निंग म्हणाला नाही. ही तिकडे घटस्फोटाची कारणे असतात म्हणे! एकदा तर एकीने नवरा भर पार्टीत शिंकला म्हणून घटस्फोट घेतला.

जागतिकीकरणाच्या प्रभावाखाली आता आपल्याकडेही घटस्फोटांचे प्रमाण वाढू लागलेले आहे, असे एका फॅमिली कोर्टात काम करणाऱ्या वकिलाने सांगितले. ''या घटस्फोटांवरच माझं आणि माझ्या कुटुंबीयांचं पोट भरतंय,'' असंही त्यानं खाजगीत सांगितलं! आता 'घटस्फोटांचे मानसिक, कौटुंबिक, समाजशास्त्रीय, भौगोलिक, आर्थिक परिणाम' यासारख्या विषयांवर लोक पीएचड्या करू लागले आहेत. म्हणजे इतक्या मोठ्या प्रमाणावर 'रॉ मटेरियल' उपलब्ध होऊ लागले आहे, असा याचा अर्थ होतो, असे एका विचारवंताने सांगितले. परंतु घटस्फोट वाढले तरी पुन्हा विवाह करणाऱ्यांची संख्या कमी झालेली नाही. उलट जितके जास्त घटस्फोट, तितकी लग्नसंख्याही जास्त. त्यामुळे विवाह आणि तत्सम बाबींशी संबंधित असलेल्या अनेकांचे आर्थिक उत्पन्न झपाट्याने वाढण्याची शक्यता निर्माण झाली आहे! काही भटजींनी तर 'अष्टपुत्रा सौभाग्यवती'ऐवजी, 'अष्टलग्न सौभाग्यवती!' आणि 'अष्टलग्न सौभाग्यवंत' असा दुहेरी आशीर्वाद मनातून आणि मनापासून द्यायला सुरुवात केली आहे.

अर्थात अनेक लग्नांमुळे समाजाची आर्थिक भरभराट झाली तरी कुटुंबात कोणती परिस्थिती निर्माण होईल? कारण सण, उत्सव, कुलधर्म, कुलाचार यांच्यापासून आपण कुठे फारकत घेतलेली असते? भारतीय स्त्रियांच्या हौसेला तर जगात कुठेच तोड नाही.

''अरे, परसो मंगलवार है ना?'' रेवती अम्मा फोनवर.

''हा, क्यों?'' तिची मैत्रीण विचारते.

''हमारे घर आना'' रेवती अम्मा फोनवर निमंत्रण देते.

''हमारी दुसरी और तिसरी डॉटर्स इन ला है ना उनका 'सुमंगली' का फंक्शन रखा है।''

''तिसरी डॉटर इन लॉ? तिसरे बेटे की कब शादी हुई?'' आश्चर्यने

ती मैत्रीण विचारते.

"अय्यो, तिसरे बेटे की शादी नहीं हुई जी, पहले की तिसरी वाईफ है । दुसरे बेटे की वाईफ के साथ उसका भी फंक्शन रखा है ।"

असा सांख्यिक गोंधळ होईल. पण फंक्शन्सची संख्या मात्र निश्चितच वाढत जाईल.

"कहाँ चली शर्मा आंटी?"

"अरे, वैष्णवदेवी जा रहे है, भोग चढाने ।"

"किस वजह से इतने दूर फिरसे जा रहे हो?"

"बेटी का डायव्होर्स हुआ था, तब मन्नत माँगी थी, जल्दही उसकी दुसरी शादी हो जाए । सगाई हुई तो जा रहे है ।"

देवधर्मही अशा पद्धतीने वाढीस लागेल. भारतीय स्त्रियांचे आणखी एक वैशिष्ट्य म्हणजे त्यांची अति तीव्र स्मरणशक्ती. या स्मरणशक्तीच्या आधारे त्या भल्याभल्या नवऱ्यांनाही गारद करतात. पंचवीस, पंचवीस वर्षांपूर्वीचे सासूने मारलेले टोमणे त्या हावभावासकट सांगू शकतात. भले बँकेचे व्यवहार त्यांना जमणार नाहीत पण "तुमच्या उषामामीने आपल्या घराच्या वास्तुशांतीच्या वेळी साधा ब्लाऊजपीसही दिला नव्हता. माझी मावशी बघा किती मोठं प्रेझेंट घेऊन आली होती." हे त्या नवऱ्याला बरोब्बर आठवून सांगतील. पण अनेक लग्नांनंतर परिस्थिती बदलेल.

"कमुताईच्या लग्नात मला पैठणी आणि तन्मणी घ्यायचं कबूल केलं होतं. आज पंधरा वर्षे झाली. फुटका मणी तरी चढवलात का अंगावर?" एखाद्या सकाळी भांडण्याच्या मूडमध्ये असलेली पत्नी पतीला म्हणेल.

"कोण कमुताई?" नवरा चक्रावलेला.

"तीच ती तुमची लाडकी बहीण, सदान् कदा टोमणे मारणारी!"

"अग, मला एकही बहीण नाहीए." नवऱ्याचे प्रामाणिक स्पष्टीकरण.

"अरेच्या खरंच की, मी विसरलेच. अहो कमुताई म्हणजे माझ्या पहिल्या नवऱ्याची खडूस बहीण." अन् मग ते भांडण तिथल्या तिथेच जिरेल. हा मात्र केवळ एकच तोटा (का पुन्हा लाभच?) अनेक लग्नांच्या गोष्टीत होईल.

◆

व्यर्थसंकल्प

"हाँ, भैय्या, लेकिन बिल आठशे चौसष्टच करो!" दुकानात लागलेल्या बजेटपूर्व सेलमध्ये आम्हा बायकांची खरेदी चालली होती.

"क्यों?" दुकानदाराने चमकून विचारले.

इतका वेळ घासाघीस करून वस्तूची किंमत ८६० रुपये ठरल्यानंतर या बायका आता पुन्हा '८६४' का म्हणू लागल्या? त्याला प्रश्न पडला.

"वो क्या है ना भैय्या, हम भाग नहीं सकते," मी त्याला समजावत म्हणाले.

"नहीं, नहीं, मॅडम बगैरे पैसे दिए तो आप भाग ही नही सकती!" तो ठामपणे म्हणाला.

"अरे, वो भागना नही. भागना, भागना... वो कंस होता है ना, उलटा कंस... वो... बाहर एक नंबर, एक नंबर अंदर... फिर भागते है... आठ एके आठ वगैरे... हम आठजणी है ना," एक मैत्रीण हातवारे करून सांगू लागली.

"अच्छा, अच्छा, वो... डिव्हाईड करना!" दुकानदाराला आत्ता अर्थ समजतो.

"हाँ, ८६४ सोप्पा नंबर है ना भागने के लिए इसलिए... बिल ८६४ करो!" मी त्याला खरंखुरं कारण सांगत म्हणाले.

असं आम्ही कुठेही, कधीही गेलो आणि मिळून पैसे द्यायचे असले की बायकांच्या पटीतच बिल करायला लावतो आणि भागून आलेली रक्कम मागून वाटायची कशी हा प्रश्नच मिटवून टाकतो. अध्र्या-

मुध्र्या, पाव-चतकोर आकड्यांचा बायकांच्या बजेटमध्ये समावेशच नसतो मुळी! काय सोडायचं, काय धरायचं याचा नीरक्षीर विवेक, त्यांच्यामध्ये उपजतच असतो. मागे कोणी एका 'नीरेने' कोटींच्या व्यवहारांचा राडा घातला म्हणे – पण मला आपलं नेहमी वाटतं, की एवढ्या मोठ्या रकमेचा हिशेबच जमला नसेल तिला, म्हणून झाला असेल घोटाळा! स्त्रिया भ्रष्टाचार करत नाहीत त्याचं हेही एक कारण असावं! स्त्रियांना लोकसभेत ५० टक्के आरक्षण द्या, असे सगळी जनता एकमुखाने म्हणते ते यामुळेच!

लाखो, करोडो रुपयांचा भ्रष्टाचार सोडा. साधे एका स्त्रीला दुसऱ्या स्त्रीस ४७ रुपये ५० पैसे द्यायचे असतील आणि त्या स्त्रीस तिच्याचकडून २ रुपये ५० पैसे येणे असेल तर, "हे घे बाई तुझे ४७ रुपये ५० पैसे. हं आणि आता माझे दे २ रुपये ५० पैसे" असा देण्याघेण्याचा व्यवहार करते. जणू काही तिने थेट हिशोब करून ४५ रुपये दिले असते तर अडीच रुपये न मिळाल्याची रुखरुख राहिली असती!

ही तर झाली छोटी आकडेमोड. मोठमोठ्या आकडेमोडीत तर कोणत्याही घडामोडीचा काहीही निष्कर्ष निघू शकतो. आता हेच पाहा ना, अब्जावधी रुपयांच्या घरात जाणारा देशाचा अर्थसंकल्प – तो तुटीचा असणं हेच म्हणे प्रगतीचं लक्षण असतं! म्हणजे 'तूट' या शब्दाचा अर्थ 'तोटा' नसून 'लाभ' आहे. मोठमोठ्या आकड्यांमध्ये शब्दांचेही अर्थ बदलण्याचं सामर्थ्य असतं! यावर्षी इतका चलनफुगवटा झाला. त्यामुळे अमुक इतक्या टक्क्यांनी रुपयाचं अवमूल्यन झालं आणि म्हणून मग तमुक तितक्या प्रमाणात महागाई वाढली. कोणत्याही वर्षीच्या देशाच्या अर्थसंकल्पाचा फुगवटा-अवमूल्यन-महागाई असं त्रैराशिक असलेला हा कायमस्वरूपी निष्कर्ष! मला एक कळत नाही, हे चलन फुगतच कसं? जर त्याला फुगायचा मार्ग उपलब्ध असेल तर आक्रसण्याचा पर्यायही उपलब्ध असू शकतो ना? पण तसी कधीही होत नाही. 'सुकवटा-मूल्यवर्धन-स्वस्ताई' या त्रैराशिकाचं स्वप्नचित्र रंगविणाऱ्या आम जनतेला दरवर्षी हा फुगलेला रुपया येतो कसा आणि जातो किती मार्गांनी याचंच रेखाचित्र बघावं लागतं.

'कररचना' हा म्हणे अर्थसंकल्पाचा डावा कर (हात) आणि तो जड होतो नोकरी करणाऱ्या चाकरमानी आम जनतेच्या कराांनी. मोठमोठ्टे

व्यवसाय करणारे व्यावसायिक मात्र ''छे, उत्पन्न काय बघताय, खर्च बघा आमचा'' असं म्हणून सुकरतेने त्यातून बाहेर पडतात.

''यावर्षीची कररचना सोपी आहे. सुटसुटीत आहे. मूल्याधारित आहे. जीवनावश्यक वस्तूंवरील कर कमी करण्यात सरकारला यश मिळाले आहे'' – कोणीतरी अर्थसंकल्पाचे विश्लेषण करणारी तज्ज्ञ

व्यक्ती टीव्हीच्या चॅनेलवरून सांगत असते. मागे असेच, चामड्यांवरील कर कमी झाले म्हणून मी आनंदाने चपला घ्यायला बाजारात गेले. तेव्हा दुकानदाराने छापील किंमतीच्या दुप्पट किंमत सांगून धक्का दिला होता. ''अहो ताई, चामड्याचा कर कमी झालाय. पण टाचेला रबर आहे. परत दोऱ्याचा खर्च कुठे कमी आहे? पॉलिश आहे, रंग आहे, लेबर आहे, मॅट आहे, क्वॅट आहे. परत जकात भरावी लागते ती वेगळीच. मग आता इतकी किंमत होणारच!'' त्याने पूर्ण किंमतीचे विश्लेषण करून सांगितले.

शेवटी देता किती देशील कर दो कराने एवढा कर देऊन मी ती चप्पल पायात घातली आणि निमूटपणे घरी आले. कररचना कशीही करा, विक्रेते 'करावर मोर' होतातच!

प्रत्येक वेळी अर्थसंकल्प तयार करताना, गरजेच्या वस्तू तरी स्वस्त असाव्यात म्हणून खरं तर सरकार प्रयत्न करतच असतं. पण वस्तूंच्या निर्मितीचे प्रमाण आणि त्यांच्या भावांचे चढउतार यामुळे गरजेची वस्तू कोणती आणि चैनीची कोणती यातला भेदच समजत नाही विक्रेत्यांना! मग ग्राहकही जी 'मुख्य' वस्तू मिळते ती गरज आणि जी 'फ्री' मिळते ती चैन असा आपल्यापरीने त्याचा अर्थ काढतात. काही दिवसांपूर्वी एका मोबाईलवर एक किलो कांदे 'फ्री' देणाऱ्या विक्रेत्याने 'पाव किलो कांद्यावर अर्धा किलो मोबाईल फ्री' अशी तागडी फिरवली होती.

बजेटपूर्व महिना असल्यामुळे संपूर्ण फेब्रुवारी महिन्यात विक्रेते आणि ग्राहक वेगवेगळ्या क्लृप्त्या वापरून खरेदी-विक्रीत मग्न असतात. ''अगं, पहिल्या गाडीच्या डेप्रिसिएशनचा लाभ घेऊन घेतली बाई माझ्या मिस्टरांनी नवी लॅन्सर गाडी,'' परवाच एक मैत्रीण खुश होऊन पेढे देत म्हणाली. 'डेप्रिसिएशन' म्हणजे 'घसारा' (हा अर्थ मी नुकताच शब्दकोशात पाहिला आहे. कारण डिबेंचर म्हणजे बेंचवरून घसरणारा आणि 'ऑट पार' म्हणजे पारावरचा असे कित्येक दिवस मला वाटत असे.) शब्दाचा अर्थ तर समजला. पण पहिल्या गाडीच्या घसाऱ्याशी दुसऱ्या गाडीच्या लाभाचा अर्थाअर्थी संबंध काय, हे मात्र अजूनही उमगलेले नाही.

अर्थसंकल्प जाहीर होण्यापूर्वी आणि जाहीर झाल्यानंतर वातावरणात बरीच उलटापालट झाल्याचा आभास होतो. वर्तमानपत्रे, मासिके आणि टीव्हीवरील चॅनेल्स यांना मोठ्या प्रमाणात खाद्यपुरवठा होतो. ''द

इफेक्ट्स ऑफ लिबरलायझेशन ऑन इंडियन इकॉनॉमी'', ''क्या आगामी फिस्कल सालमे भारतीय अर्थव्यवस्था अमरिकी अर्थव्यवस्था में उथलपुथल मचायेगी?'' किंवा ''अगला फिस्कल साल सौ फीसदी भारत का'' यासारख्या विषयांवर विविध माध्यमांमधून चर्चा झडतात आणि त्यामुळे इतर सगळेच कार्यक्रम फिसकटतात. पण तरीसुद्धा सामान्य गृहिणी मात्र खुश असते. कारण फेब्रुवारी महिन्यातच दोन दिवस डेफिसिट असल्यामुळे तिच्या अर्थसंकल्पातील जमेची बाजू सरप्लस झालेली असते!

◆

बाई, बाई... किती मोबाईल!

''हां, हां, हां... वहिनी नॅपकीन, वहिनी नॅपकीन!'' त्या दिवशी भांडी घासता घासता माझी मोलकरीण स्वयंपाकघरातून एकदम ओरडायला लागली. आता हिला काय झाले. अचानक भांडी घासताना ओरडायला? म्हणून मी दुसऱ्या खोलीतून पळत पळत स्वयंपाकघरात येऊन तिला नॅपकीन दिला. तिने भर्रकन् नॅपकीनने हात पुसले अन् लगेचच तिच्या गळ्यातील वाजणारा मोबाईल कानाला लावला.

''हां, हां, येतेच धा मिन्टात!'' ती धांदलीने म्हणाली.

''कुठे आहात?'' (पलीकडून विचारणा झाली असावी.)

''आवो घरीच हाये माझ्या! मिस्टरांचा नाष्टा चालू ये! ऐन येळला गॅस गेला म्हनून इष्टोवर चालूये नाष्टा करनं! येतेच झाला की!'' ती म्हणाली.

''काय पार्वतीबाई लयच बिज्जी झाल्या वाटतं? आमच्या घरी काम करताय अन् फोनवर मिष्टरांचा नाष्टा इष्टोवर चालू आहे असं सांगताय!,'' मी तिला हसत म्हणाले.

''आवो कशाला चेष्टा करताय गरिबाची! तुमच्या घरी कष्टाची कामं करून पोटं भरतो आम्ही! मग तुमच्यासारख्यास्नी संबळून बी घ्याव लागतय! जोशीबाईचा फोन व्हता! तुमच्या घरी त्यांच्या आदी आलं की लय खवळत्यात म्हनून तसं सांगितलं!'' ती समजावत म्हणाली.

जोशीबाईंना सांभाळून घेण्यासाठी ''मिष्टरांचा नाष्टा इष्टोवर चालू आहे'' हे तिचं सांगणं इष्टच होत म्हणा. परंतु 'गळ्यात मोबाईल बाळगतो तो गरीब' अशी गरिबाच्या व्याख्येची गोष्ट तिने जर दहा

वर्षांपूर्वी केली असती तर लोकांनी तिला खुळ्यात काढलं असतं! परंतु गेल्या दहाच वर्षांत ह्या मोबाईल फोनने गरिबीची रेषा पार करून इतके वरचे स्थान मिळविले आहे की आता उलट 'मोबाईल नाही ज्याच्या गळा तोच अति खुळा' असं म्हटलं जातंय!

गेल्या काही वर्षांत हा हा म्हणता जसे टीव्ही, फ्रीज भारतात घरोघरी, गल्लोगल्ली दिसू लागले त्यापेक्षा कितीतरी पट अधिक वेगाने मोबाईल फोन लोकांच्या 'गळोगळी' दिसू लागलेत.

"काय श्यामराव झाला का रस्ता झाडून?" महापालिकेच्या कर्मचाऱ्याचा सकाळी सकाळी मोबाईल वाजतो.

"आरदा झालाय आन् आरदा राह्यलाय बगा! दम लागला म्हनून वाईच कडंला बसतोय! तुमचं काय चाललंय?" "सात ठिकानाहून कचरा गोळा केलाय, आता पाच ठिकानाचा राह्यलाय!" पलीकडून उत्तर येतं.

आता ज्या देशात एकमेकांच्या कामांची, महापालिकेतील कर्मचारी अशी मोबाईल फोनवरून वास्तपुस्त करतात त्या देशाला विकसनशील देश कोण म्हणेल?

अमुक कंपनीचा टीव्ही घ्या आणि त्यावर मोबाईल फोन फ्री मिळवा किंवा मायक्रोवेव्ह घ्या व सिमकार्ड फ्री मिळवा सारख्या योजनांच्या महापुरात अनेकांच्या गळ्यापर्यंत मोबाईल आलेच होते. त्यात मोबाईल बनविणाऱ्या अनेक कंपन्या जेव्हा आपली उत्पादने घेऊन बाजारात उतरल्या तेव्हा तर हे मोबाईल पीक इतके वाढले की, "घरी खायला नाही दाणा तरी मोबाईल मात्र आणा" अशा अवस्थेपर्यंत आपण आलो – मोबाईल फोन आता सर्वतोमुखी व सर्वतोकर्णी दिसू लागलेले आहेत, ही त्याचीच फलनिष्पत्ती!

"आमच्या कंपनीचा मोबाईल घ्या, त्यात किती फिचर्स आहेत! इंटरनेट ॲक्सेस आहे, कॅलक्युलेटर आहे, गेम्स आहेत, जोक्स आहेत, गाणी वाजतात, कॅमेराही आहेच, शिवाय तुम्हाला राशिनिहाय भविष्यही समजू शकेल – अगदी रोजच्या रोज! अशीही यात सोय आहे. (युग कोणतेही असो, दगडयुग, मातीयुग, धातुयुग, प्लॅस्टिक युग, मंत्रयुग, यंत्रयुग – राशिभविष्याला मात्र कोणत्याही युगात सुगीचेच दिवस असतात!) इतके फिचर्स असूनही किंमत फक्त तीन हजार तीनशे

पंच्याहत्तर रुपये!''

मोबाईल फोनची किंमत पंचाहत्तर वैशिष्ट्ये सांगून दुकानदार किंमत सांगतात.

''तुमचं सगळं म्हणणं मला मान्य आहे. पण तरीसुद्धा हा फोन तुम्ही दोन हजार पाचशे रुपयांना देणार असाल तरच मी घ्यायला तयार आहे!''

ग्राहकही कांदे-बटाटे घेताना जशी घासाघीस करतात तसे म्हणू लागतो.

''जाऊ द्या तुमचं राहिलं आमचं राहिलं, हा फोन तीन हजार रुपयांना देतो मग तर झालं!'' दोन्ही किमतीची सर्वसाधारण किंमत काढून दुकानदार पटवतो.

अशाच पद्धतीने हे फिरते फोन जर आता मिळू लागले आहेत तर तो दिवस दूर नाही, ज्यादिवशी फिरते विक्रेते ''तीन का एक पाँच के दो'' असे म्हणून हातगाडीवरच फिरत फिरत हे फोन विकायला लागतील!

काळाचा महिमा किती अगाध असतो पहा! मला आठवतंय – चिरिमिरी दिलीत (अर्थात ही काही चिल्लर रक्कम नसे) तर पाच वर्षांत व ओळख असेल तर सहा वर्षांत फोन मिळेल असे काळ-काम-वेगाचे सूत्र असणारा तो जमाना होता. तेव्हा आमचा तिसरीत असणारा मुलगा किमान दहावीत जाईपर्यंत तरी फोनचे कनेक्शन मिळेल इतक्याच माफक अपेक्षेने आम्ही टेलिफोन ऑफिसमध्ये जाऊन, रांग लावून रीतसर अर्ज भरला होता. या घटनेला फार काही वर्षे झाली नाहीत!

अर्ज केल्यानंतर तब्बल पावणेआठ वर्षांनी टेलिफोनच्या ऑफिसमधून ''तुम्हाला फोन मिळत आहे. औपचारिक बाबी पूर्ण करून कनेक्शन घ्यावे'' अशा आशयाचे पत्र आले तेव्हा आम्हाला कोण आनंद झाला होता! तरी सर्व सोपस्कार पार पडून घरी फोन लागेपर्यंत (आणि तो चालू होईपर्यंत) वर आणखी तीन महिने लागलेच. आठ वर्षांनी का होईना मिळाला तरी फोन! म्हणून आम्हाला अष्टविनायक पावल्यासारखे वाटले होते.

त्याच काळात मोबाईल फोन हळूहळू बाजारात येऊ घातले होते. परंतु, त्याच्या किंमती वीस ते बावीस हजार रुपयांपर्यंत असल्यामुळे

अर्थातच डॉक्टर्स, व्यावसायिक किंवा मोठ्या पदावरचे अधिकारी यांच्याच कक्षेत (का गळ्यात) असलेले हे फोन इतरेजनांना दुष्प्राप्य वाटत!

एका लग्नात ''मला सासऱ्यांकडूनच मोबाईल हवा'' म्हणून एक नवरदेव हटून बसला होता.

''अरे तू तर रेशनिंग ऑफिसमध्ये काम करतोस. गरज काय तुला मोबाईल फोनची? शिवाय घरी साधा फोन आहेच. ऑफिसच्या फोनवरून घरी फोन करता येतो तशीच कधी तातडीची वेळ आली तर!'' लोक त्याला समजावून सांगत होते. परंतु याचा आपला एकच ठेका,

''घातला जर मोबाईल माझ्या गळ्यात

तरच हार घालीन तुमच्या मुलीच्या गळ्यात''

असे उखाणे तो सर्व (लग्न) विधी सोडून घेत बसला होता.

''अहो हे सरकारी कर्मचारी, ह्यांच्या ऑफिसमध्ये लोक ह्यांच्यासमोर दत्त म्हणून उभे राहिले तरी ते त्यांच्याशी बोलत नाहीत आणि मोबाईल फोनवर काय बोंबलणार कप्पाळ? एकाच तर खुर्चीत दिवसभर बसलेले असतात. जरा सुद्धा हलत फिरत नाहीत. ह्यांना कशाला हवाय फिरता फोन? बिल भरताना डोळे फिरतील म्हणजे समजेल!'' कोणीतरी हेटाळणीच्या स्वरूपात कुजबुजत होते.

परंतु लोकांच्या बोलण्याचा किंचितही परिणाम न झालेला नवरदेव मात्र,

''नाही घेतलात जर मोबाईल फोन

तर मुलीशी तुमच्या लग्न करेल कोण?''

असे उखाण्यावर उखाणे, खाणे-पिणे सोडून घेऊ लागला होता. अखेर लग्नाचा मुहूर्त टळण्याची वेळ आली तेव्हा, 'जाऊ दे फ्लॅट किंवा गाडीपेक्षा मोबाईल परवडला' असे मनाशी म्हणून सासऱ्यांनी त्याला एकदाचा मोबाईल घेऊन देण्याचे मान्य केले, तेव्हा कुठे लग्नाचा बार उडाला.

नवरदेवाच्या प्रतिष्ठेचा प्रश्न झालेला हा मोबाईल त्याने पुढे किती वापरला? कसा वापरला? कुठे वापरला? या प्रश्नांची उत्तरे त्याच्या फोल्डरच्या गुलदस्त्यात सापडतील – अर्थात त्याने ती गुल (डिलिट) केली नसली तर!

काही दिवसांपूर्वी हुंड्याच्या यादीत नंबर एक वर असणारे हे

मोबाईल फोन थोड्याच दिवसात इतके स्वस्त झाले की, आता ते अगदी शाळकरी मुलांच्या हातातही मिसरुड फुटायच्या आधीच दिसू लागले.

लँडलाईनवरून चुकून एखादा राँग नंबर आला किंवा दुपारच्या वामकुक्षीच्या वेळी कोणाचा फोन आला की खेकसून ''कोण आहे?'' असे म्हणणारे 'तुसडंभट' आता मात्र 'बोलंभट' झाले आहेत की काय? असे मोबाईल फोनच्या कुठेही, कधीही, केव्हाही वापरण्याच्या पद्धतीवरून

वाटत आहे. यावरून गरज ही शोधाची जननी नसून शोध हाच गरजेचा पिता आहे हे सिद्ध होत आहे.

याची देही याची डोळा असे अगदी धडधडीत समोर आल्यानंतर ओळखीचा माणूस दिसला की बरोब्बर काटकोनात मान वळवून टाळणारे लोक मोबाईल फोनवर मात्र मान वेळावून कितीतरी वेळ (आणि कोणाशी?) काय बोलत असतात ते एकटा तो मोबाईलच जाणे! इतके दिवस हे संपर्काचे साधन नव्हते म्हणून जणू काही व्यक्ती-व्यक्तीमधील संवाद खुंटला होता! ''किती किती बोलू असं वाटायचं हो, पण काय करावं मोबाईल फोन नव्हते ना त्यावेळी!''

अ, ब, क, ड या चार मित्रांपैकी अ आणि ब हॉटेलमध्ये बसून कॉफी पीत गप्पा मारत असतील तर एकमेकांशी जुजबी बोलणे झाले की लगेच 'अ' ला दूर कोठेतरी असलेल्या 'क'ची आठवण येऊन तो व्याकूळ होणार! त्याने त्याच्या मोबाईलवरून 'क'ची कळ फिरवली की लगेच 'ब'ला ही दूरस्थ 'ड'ची आठवण येणार! मग गहिवरून तो ही 'ड' ला मोबाईल लावणार – आणि मग अ व क यांच्या संवादाबरोबर ब व ड यांचाही जोडसंवाद सुरू होणार! समोरच्यांशी सोडून दूरच्यांशी संपर्क साधण्याचा हा साथीचा मोबाईल रोग चटाचटा पसरत असल्यामुळे ठिकठिकाणी हे असे जोडसंवादाचे (वि) चित्र बघावयास मिळते.

''वाजला मोबाईल लावला कानाला'' या उक्तीप्रमाणे मोबाईल वाजला की तो त्वरेने घेतलाच पाहिजे. मग तुम्ही चालत असा, बोलत असा, खात असा नाही तर पीत असा. जणू फोन करणाऱ्यांवर काहीतरी महाभयंकर संकट आलेय आणि फोन उचलणारा लाखमोलाचा सल्ला देऊन त्याची संकटातून मुक्ती करणार आहे!

आता तर वाहने चालवताना मोबाईल फोन कसा वापरावा याचे प्रशिक्षण देणाऱ्याही काही संस्था सुरू झाल्यात म्हणे! एका नावाजलेल्या संस्थेत ''आवाज ओळखा अपघात टाळा'' या विषयांतर्गत रिंगटोन वाजला रे वाजला की तो रिव्हर्स गियरचा आहे, डाव्या-उजव्या वळणाचा आहे, आपल्याच मोबाईलचा आहे, पलीकडच्याचा आहे, रेडिओतून येणारा आहे का कारमधील टीव्ही, व्हिडिओचा आहे का जिवंत चालत्या बोलत्या किंवा वाहनहाकल्या माणसाच्या तोंडातून शीळ्ळेसम येणारा आहे हे सर्व अचूक ओळखण्याचे यथास्थित शिक्षण देण्यात येते म्हणे!

माणसाला आता केवळ अष्टावधानी असून चालत नाही, तर दशा किंवा द्वादशाच नव्हे तर 'बहुवधानी' असावं लागतं! माणसांच्या सोयीसाठी यंत्रे नसून यंत्रांच्या सोयीसाठी माणसे असतात म्हणूनच तर 'बहुयंत्रावधानी' असणे जरुरीचे झाले आहे.

धडाधडा स.म.स. (सतत मित्र/मैत्रिणीला संदेश) करणाऱ्या कॉलेजकुमार व कॉलेजकन्यांना पिसे लावणारा मोबाईलछंद तर पालकांचेच खिसे रिकामे करत असतो!

''कुठे आहेस बेटा?'' आई.

''अग मी कॉलेजमध्ये आहे. वर्गात सर शिकवतायत,'' सिनेमागृहातून मोबाईलवर बोलणारा बेटा म्हणतो.

''अरे पण मागनं कसले आवाज येतायत?'' आई.

''अगं, सर आज दृकश्राव्यमाध्यम म्हणजे काय ते एक फिल्म दाखवून समजावून सांगतायत!'' मुलगा.

''हो का? शिक हो बेटा उगीच मी व्यत्यय आणला!'' गहिवरून आई फोन ठेवून देते.

आधुनिक विज्ञानामुळे कितीही शोध लागले तरी कॉलेजमध्ये जाणारा मुलगा नेमका कुठे आहे याचा शोध कोणत्याही काळ्यात लागत नसतो हेच खरं आहे!

इतके दिवस लहान मुलांच्या खेळण्यात खोटेखोटे असणारे हे फोन आता चक्क खरे खरे होऊन त्यांच्याकडून वापरलेही जाऊ लागलेत. (महागड्या खेळण्यापेक्षाही खरा मोबाईल फोन स्वस्त मिळू लागला आहे!)

''आई आई, हा बघ आमच्या वलगातील ललनाल्या मुलीचा फोटो!'' लोअर के.जी.तील छबकडं आपल्या वर्गातील मुलीची त्याच्या मोबाईलवर घेतलेली छबी दाखवत आईला म्हणतं!

''कित्ती, हुश्शार गं बाई माझा बबडा!'' म्हणून त्याची आईही त्याचे गालगुच्चा घेऊन कौतुक करते.

पूर्वी फक्त कर्त्या पुरुषांकडे दिसणारे हे फोन आता मोबाईल कंपन्यांच्या चढाओढीत उत्पादने करण्याच्या कर्मामुळे घरातल्या प्रत्येकाकडेच दिसू लागले आहेत.

''सावित्री घालतेय वडाला वेढा

सत्यवान मात्र मोबाईल वेडा''

असे वटपौर्णिमेच्या दिवशी वैतागून उखाणे घेणाऱ्या पतिपरायण स्त्रिया किंवा ऑफिसमधून येणाऱ्या नवऱ्याची वाट बघून बघून कंटाळून

''कानाला लावलाय त्याने मोबाईल

मला भीती वाटते खड्ड्यात जाईल''

असे चिडून म्हणणाऱ्या स्त्रियाही आता फोन बाळगणाऱ्या मोबाईलपत्नी झाल्या आहेत.

आधीच बाईल त्यात कानावर मोबाईल, मग गावभरच्या गप्पांना ऊत नाही तर काय येईल?

''अगं सारखी आपलाच टेंभा मिरवत असते!''

(संगीत-कुकरच्या शिट्टीचा आवाज)

''काय मिरवत असते?''

''अगं, टेंभा! टेंभा!...'' (ओरडून)

''हो का? काय म्हणत होती रंभा?''

''नवऱ्याने २५ तोळ्यांचे तोडे केले म्हणे तिला यंदा दिवाळीला...''

''हो का? अग्ग बाई!! आता ही पाव किलोचे तोडे घालून कुठे जाणार आहे तारे तोडायला?''

(संगीत - खळ् खळ् खळ्... काचेचा ग्लास फुटल्याचा आवाज)

''हो ना! म्हणते कशी, मी बाई माझं वजन करण्याच्या वेळी अंगावरचे दागिने उतरवूनच करते नेहमी! कारण दागिन्यांचं वजनच मुळी पाच किलो भरतं!''

(संगीत – भुर्र घुर्र भुर्र घुर्र... मिक्सरचा आवाज)

''काय बाई कौतुक तरी? दागिने उतरवायच्या ऐवजी अंगावरची चरबी उतरव म्हणाव...''

(संगीत – हॅ हॅ हॅ... दोन्हीकडून हसण्याचा आवाज)

अशा सांगीतिक पार्श्वभूमीवर काम करता करता मोबाईल फोनवरून गॉसिपिंग रंगत जातं!

''अहो मी साड्यांच्या दुकानातून बोलतेय!'' बायको नवऱ्याला ऑफिसमध्ये मोबाईल लावते.

''अगं, किती मोठ्यांदा बोलतेयस. ऐकू येतंय मला!'' इति नवरा.

''अहो मला वाटलं, तळहाताएवढा छोटासा मोबाईल आणि रिसिव्हर

तर दिसतच नाहीये म्हणून मोठ्याने बोलत होते. बरं ते जाऊ दे. मला यायला थोडा उशीर होईल. घरी गेल्यावर चहा करून घ्या. साडेसातपर्यंत येईन मी!'' बायको खुलासा करते.

''येतेय साडेसातपर्यंत! घरी गेल्यावर थोड्या वेळाने कुकर चढवा म्हणून येईल हिचा फोन. मोबाईल घेतलाय म्हणून कळवणं सोयीचं झालंय आता. भोगा त्याची फळं!'' मनाशीच चडफडत नवरा म्हणतो.

एवढासा तळहातापेक्षाही लहान असणारा फोन, पण पाच-सहा फुटी माणसांवर दिवसरात्र राज्य करू लागला आहे. यत्र तत्र सर्वत्र मोबाईल - बाई बाई किती मोबाईल! आता तर

''पडद्यावरती माझ्या मोबाईलच्या

कलर्ड डिसप्ले हवा

आई, मला मोबाईल हवा नवा''

अशा लावण्याही फडात रंगू लागल्या आहेत म्हणे!

वरपासून खालपर्यंतच्या सर्व सामाजिक स्तरातील आणि सर्व वयोगटातील लोकांना हा फिरता फोन असा नाचवत आहे!

वाचाल तर हसाल

हॉटेल्समधील बोर्डसवरचे, जाहिरातींवरील पाट्यांवरचे किंवा ट्रक अथवा रिक्षाच्या मागे लिहिलेले साहित्य वाचणं हा खरोखरच एक विरंगुळ्याचा विषय आहे.

बार्शी या छोट्या गावाच्या अलीकडील एका हॉटेलमध्ये आजचा नाष्टा या सदराखालील पाटीवर ''पव्हे, सिरा, द्वाशी, इटली'' अशी फारशी परिचित नसलेली नावं पाहून म्हटले, ''वा! आता आडगावातही इटालियन पदार्थ मिळू लागलेत वाटत!'' तेव्हा ड्रायव्हरनं, 'अवो कंचे इटालियन? हे तर आपले नेहमीचेच नाष्ट्याचे पर्दात हायेत!' हे सांगून खुलासा केला तेव्हा ते अनुक्रमे पोहे, शिरा, डोसा, इडली असे तद्दन भारतीय खाद्यपदार्थ आहेत हे समजलं!

'पिन्याचे पानी' हा शब्दप्रयोग तर महाराष्ट्रातील खेडोपाडी इतका रुळला आहे की कोणी 'पिण्याचे पाणी' असं लिहिलं असेल तर पाण्याच्या शुद्धपणाविषयी शंका यावी!

त्यातल्या त्यात पुण्यातील पाट्या शक्यतो शुद्ध भाषेत लिहिलेल्या असतात हा माझा शुद्ध गोड गैरसमज, 'भीऊ नकोस मि तुझ्या पाठीशी आहे' हे वाक्य पुण्यातील एका रिक्षाच्या मागे वाचल्यावर दूर झाला. 'भीऊ नकोस' हे वाक्य रिक्षावाल्याच्या दृष्टीनं धीर देणारं असलं तरी व्याकरणदृष्ट्या मात्र घाबरवणारं आहे.

पाट्या लावण्याबाबत पुणेकरांचा हात महाराष्ट्रातीलच काय, पण अवघ्या जगातीलच कोणत्याही गावातले लोक धरू शकणार नाहीत हे सर्वश्रुतच आहे.

'मलईचाच चक्का', 'खव्याचेच गुलाबजाम', 'माव्याचीच बर्फी', 'साजूक तुपातीलच लाडू' असे पदार्थांच्या प्रत्येक शब्दांमध्ये आवर्जून 'चकार' असणारी पाटी पाहिल्यानंतर दुकानात येणारे ग्राहक तोंडातून चकारही न काढता मुकाट्याने पदार्थ घेतात, मालकांचे तसेच नोकर वर्गाचे अनावश्यक बोलण्याचे कष्ट वाचतात; हे पाहिल्यानंतर पुण्यात नव्याने व्यवसाय करू पाहणाऱ्या एका दुकानदाराने आपल्या खाद्यपदार्थांच्या दुकानात 'केवळ शुद्धच' अशी मोठी पाटी लावली. पण चिकित्सक पुणेकरांनी 'अहो काय शुद्ध? तुम्ही शुद्ध, का तुमचे दुकान शुद्ध, का तुमची भांडी शुद्ध?' असे म्हणून त्या दुकानाकडे पाठ फिरविली!

दहीहंडी, गणपती, नवरात्र अशा सणासुदीच्या काळात सार्वजनिक उत्सवाचे कार्यकर्ते वर्गणी मागण्यास येतात. तेही हमखास गर्दीच्या वेळी! हे जाणून एका लक्ष्मीरोडवरील दुकानदाराने ''वर्गणी मागणाऱ्यास वर जावे लागेल'' अशी पाटी त्या काळात दर्शनी भागातच लावली. त्या वाक्यातील वरचा अर्थ ओळखून काहीजण वर्गणी न मागता आल्या पावली परतत असत. पण प्रत्यक्षात वरच्या मजल्यावर बसलेले दुकानाचे मालक वर्गणी देतील, असा त्यातला गर्भितार्थ ओळखणारे सच्चे पुणेकर कार्यकर्ते मात्र बिनदिक्कत वरच्या मजल्यावर जाऊन वर्गणी मागू लागले.

आधी लिहिलेल्या मजकुरात सहजपणे बदल करून खसखस पिकविणाऱ्यातही पुणेकरांची बरोबरी कोणी करू शकणार नाही. ''मुलगी शिकेल, सगळ्यांना शिकवेल'' या मजकुरामध्ये 'शिकेल आणि शिकवेल' या शब्दांमधील 'शि' या अक्षरावर अलगद अनुस्वार ठेवून एका नवसाक्षराने सगळ्यांना शिंकवले होते.

वाढदिवसाच्या शुभेच्छा देणाऱ्या, कोणाची ना कोणाची, कुठल्यातरी पदी निवड झाल्याबद्दल अभिनंदन करणाऱ्या, त्याचप्रमाणे जयंत्या, पुण्यतिथ्या यांच्या पाट्यांचा तर सर्वत्रच सुक्काळ असतो.

एकदा एका सुप्रसिद्ध नगरसेवकाच्या नावामागे 'पै' ही पदवी लावलेली, मोठा फोटो असलेली पाटी एका चौकात पाहिली. तेव्हा म्हणाले, ''अहो कालच तर हे आले होते आमच्या वॉर्डात? एकाएकी रात्रीतच काय झाले त्यांना? सरळ पैगंबरवासीच झाले?'' तेव्हा 'पै' म्हणजे पैगंबरवासी नसून 'पै' म्हणजे 'पैलवान' असा खुलासा एकाने केला!

''सर्वांचे लाडके, तरुण, धडाडीचे, पूणयाचे शिल्पकार हिंमतराव धाडसकर यांना वाढदिवसानिमित्त शुभेच्छा'' अशी एका अपरिचित व्यक्तीची पाटी पाहिल्यानंतर मी म्हणाले, कोण हो हे नवे हिंमतराव? तेही पूणयाचे शिल्पकार? त्यांनी घडविलंय पुणं? तेव्हा, 'कालच नाही का त्यांनी सार्वजनिक गणपतीची मिरवणूक रस्त्यावर नेऊ दिली नाही म्हणून दगडफेक केली – दगड (शिल्प) टाकले म्हणून ते 'शिल्पकार' या नावाने ओळखले जाऊ लागले!' असे उत्तर एकाने दिले.

बाहेर खाणाऱ्यांना 'घरगुती' या शब्दाचे फार आकर्षण असते, हे जाणून एका हॉटेलवाल्याने 'येथे घरगुती चायनीज, इटालियन आणि मेक्सिकन पदार्थ मिळतील' अशी पाटी लावून परदेशी पदार्थांना घरगुती वळण दिलं आहे. ''फराईड राईस, चाप सुई, कान सूप, चावचाव, हक्का नूडल'' असे अगदी हक्काने सर्व परदेशी पदार्थांचे भारतीयीकरण त्याने केलेलं आहे.

अवघड शब्दांचे (विशेषत: इंग्रजी शब्दांचे) कंगोरे काढून त्यांना ठाकठोक करून आपल्या भाषेत बसवायचा प्रयत्न तर सर्वमान्यच असतो. महाबळेश्वरमधील हॉटेलमध्ये वेटरनं भाजी 'गिरवीवाली' का 'सुक्की?' असा प्रश्न विचारल्यानंतर हा नक्की काय विचारतोय हे समजायला मला पाच मिनिटे लागली. 'गिरवी' म्हणजे ग्रेव्ही हे समजल्यावर मीही कित्येक दिवस ग्रेव्हीला गिरवीच म्हणत असे. वायसर (वॉशर), मेडिटेरियन (मेडिटरेनियन), पॅचेस (पॅसेज) असे कितीतरी शब्द असेच रुळले आहेत की जणू ते ओरिजिनल असावेत!

नगर रस्त्यावर रांजणगावच्या पुढे एका हॉटेलवर ''येथे मानसाहारी व साखाहारी पदार्थ मिळतील'' असे लिहिलेले आहे. तो हरीचा लाल नेमके कोणते पदार्थ करतो व विकतो कोणास ठाऊक?

त्याच रस्त्यावर नगर ओलांडल्यानंतर मिसळपाव मिळणाऱ्या एका हॉटेलमध्ये तर भिंतीवरच अनेक इंग्रजी, मराठी अपभ्रंशित शब्द असलेल्या वाक्यांची सरमिसळच केलेली आढळते. उदाहरणार्थ, 'शांपल पुन्ना मागू नये', 'यशट्रा ब्रेडचे पैसे पडतील', 'पलेटमध्ये हात धू ना ये' इत्यादी इत्यादी... हा सर्व मजकूर वाचल्यानंतर मी तेथील गल्ल्यावरील बाईना म्हणाले, ''हे लिहिलंय सगळं चांगलं, पण सुशिक्षित माणसाकडून का लिहून घेतलं नाही? अशुद्ध भाषेमुळे तो मजकूर नीटसा समजत

नाहीये!'' तर, ''आवो आसं लिवलय तरी बी लोकास्नी समजत नाय, आन् तुमचं ते शुद्द कदी समजायच?'' असं समजावणीच्या स्वरात तिनं उत्तर दिलं!

आंध्र प्रदेशात विशेषत: तिरुपती, तिरुमलाई या भागात हातात थंड पेयाच्या बाटल्या घेऊन ''कुड्डी, कुड्डी, कुड्डी...'' असं ओरडत फिरणारी माणसं बघितल्यावर थंड पेयांना तेलगू भाषेत बहुतेक 'कुड्डी' म्हणत असावेत असं वाटलं होतं. पण एका हॉटेलमध्ये कोल्ड ड्रिंक्सच्या ऐवजी 'कुल ड्रिंक' असं वाचल्यावर 'कुड्डी' या शब्दाचा उलगडा झाला.

ट्रक किंवा प्रवासी वाहनांच्या मागे लिहिलेलं साहित्य म्हणजे तर ते वाहन चालविणाऱ्याच्या मनाचा आरसाच! त्याच्या मानसिकतेचं स्वच्छ प्रतिबिंब त्यात पडलेलं दिसतं! ''यौन संबंध जब जब, कंडोम तब तब'' असं आपल्या ट्रकच्या मागे बिनदिक्कतपणे लिहिलेलं वाक्य वाचून संकोचल्यासारखे वाटते. पण त्याच्या बेधडकपणातून सामाजिक आरोग्याचं रक्षण करू पाहणाऱ्या त्याच्या नीतीचं कौतुकही वाटतं! आजच्या जमान्यात या मजकुरातील खुलेपणाचं फारसं काही वाटणार नाही कदाचित, परंतु पन्नास/साठ वर्षांपूर्वी लग्नपत्रिकेत ''आमचे येथे श्रीकृपेकरून अमुकरावांच्या कन्येचे तमुकरावांच्या सुपुत्राशी शरीर संबंध करण्याचे योजिले आहे. तरी आपण सहकुटुंब, सहपरिवार या कार्यक्रमास उपस्थित राहावे ही आग्रहाची विनंती'' असे राजरोस केलेले निमंत्रण वाचून काय वाटत असेल?

लग्नपत्रिकांमध्ये नंतर अनेक सुधारणा होत गेल्या. पण त्यातील विविधतेतील गंमत मात्र अजूनही कायम आहे. काही लग्नपत्रिका (विशेषत: ग्रामीण भागातील) या उत्तरपत्रिका वाटाव्यात इतपत मोठ्या असतात. सर्व नातेवाईकांची नावे लिहिल्यानंतर घरातलं दोन/तीन वर्षांचं बाळ 'मामाच्या लग्नाला यायचं हं!' असं गोड आव्हान करतं. एका लग्नपत्रिकेत तर 'यायचं गडे लग्नाला!'' असं एका मेव्हणीनं समस्त मर्द गड्यांना लाडिक आवताण धाडलं होतं!

लग्नपत्रिकेचा आकार तसा लहानच, त्यामुळे त्यावर लिहिणार तरी किती? दाटीवाटीने लिहिलेल्या मजकुरात वधुवरांची नावे मात्र शोधावी लागतात.

ट्रकचा आकार मोठा आणि त्यावर लिहायला जागाही भरपूर,

त्यामुळे सगळे ट्रक ड्रायव्हर्स त्यावर काही ना काही लिहून घेत असतात. यात भारतातील सर्वभाषिक ड्रायव्हर्सचा समावेश असतो. एकदा दिल्लीच्या रस्त्यावर ''आईबाबांच्या आशीर वाद म्हनून इथ्योर पोचलो'' असे मराठी भाषेत लिहिलेला ट्रक पाहायला मिळाला. समाजवाद, प्रांतवाद, जातीवाद, लिंगवाद असे काही वाद ऐकले असतील पण हा आशीर वाद म्हणजे नक्की कोणता वाद? आणि तो त्या ट्रक ड्रायव्हरच्या आईबाबांमध्ये होता आणि मुख्य म्हणजे तो ड्रायव्हर त्याचमुळे दिल्लीपर्यंत पोचला होता!

दिवसरात्रीचे पंधरा/सोळा तास ट्रक चालवून सतत रस्त्यावर असणारे ड्रायव्हर्स इतरांचे तसेच स्वतःचेही प्रबोधन ट्रकच्या पाठीमागे साहित्य लिहून करत असतात. 'वाहणे हाळू चालवा' (हे लिहिलेला चालक स्वतः मात्र बेफाम वेगात गाडी चालवत होता!) असं व्याकरणाच्या बाबतीत नसला तरी वाहतुकीच्या नियमाबाबत इतरांमध्ये जागृती निर्माण करणारा ड्रायव्हर एक शिक्षकच वाटतो.

एका ट्रक ड्रायव्हरनं 'वरटेक करू नका,' 'लहाण वहाणांना जाऊ द्या', 'खड्डे लई असत्यात' 'गाडी कंटरोल ----मध्ये चालवा'... अशा सूचना लिहून सगळ्यात शेवटी 'लायसन आहे का?' असा ठळक टाईपमध्ये प्रश्न विचारला होता. त्याच्यामागून वाहन चालविणाऱ्या प्रत्येक बिगर लायसन्सवाल्या चालकाला मिळणारी ही सततची बोच नक्कीच लायसन्स काढण्यासाठी उद्युक्त करत असेल!

प्रवासातही आपल्या बायका मुलांची आठवण सतत जागती राहावी म्हणून 'जाणकी, मालीणी, नलीणी, लक्षुमन' अशा खणखणीत नावांनी सजविलेल्या

ट्रक ड्रायव्हरचं स्वतःच नाव काय असेल? 'दसरत' का 'जणक'?

'जलो मगर दीप जैसे' ट्रकवर लिहिलेल्या मजकुराखाली मागाहून पुन्हा कोणीतरी ''जलेंगे, मगर तेल कौन डालेगा?'' असा प्रतिमजकूरात्मक प्रश्न लिहिला होता. त्या ड्रायव्हरला त्याची खबरही नसावी. कारण मूळ मजकूर त्याने कोणाकडून तरी लिहून घेतला असावा. साक्षर नसल्यामुळे त्याला 'सारा अक्षर रात बराबर' असे वाटत असेल! निरक्षर असले तरी काही ट्रक ड्रायव्हर म्हणी, उखाणे, गाणी यांच्याद्वारे आपली सुप्त प्रतिभा इतरांच्या साहाय्याने मोकळी करतात.

''रुकमिणीच्या प्रेमाच्या लाटा

म्हणून तर चालतीय इटट्लरावाची टाटा''

असा प्रेमाच्या लाटेवर स्वार झालेला टाटा ट्रक एकदा सोलापूर रस्त्यावर पाहायला मिळाला होता.

'वाट दाखवा', 'वाट सोडा', 'वाट द्या' आणि शेवटी 'वाट बघा' असा इतरांची वाट लावून स्वतः मात्र इच्छित वाटेला लागायचा मंत्र एका प्रवासी जीपवर पाहायला मिळाला.

मुंबई-बंगळूरू हायवेवर एका माल भरलेल्या ट्रकनं डाव्या बाजूनं

ओव्हरटेक केलं, तेव्हा क्षणभर बावचळायला झालं. परंतु समोरील ट्रकवरील, ''हे असंच चालायचं!'' हे वाक्य वाचून त्या परिस्थितीतही हसू आलं. मनात म्हटलं, ''हो बाबा! भारतासारख्या देशात हे खरं आहे!''

कायम 'न'चा 'ण' किंवा 'ण'चा 'न' करणारे, संबंध हा शब्द कधी सबंध किंवा संबध लिहून व्याकरणाचा संबंध नसणारे पेंटरच कसे काय ड्रायव्हर्सना भेटतात? हा प्रश्न कधीच सुटणार नाही, हे जरी खरं असलं तरी 'सर्वांना एकाच मुक्कामी जायाच आहे' हे जीवनातील अंतिम सत्याचं वाक्य लिहून घेणाऱ्या तत्त्वज्ञ ट्रक ड्रायव्हरला मात्र अगदी मनापासून दाद द्यावीशी वाटते!

◆

कठीण किती?

''है अपना दिल तो आवारा

ना जाने किसी पे आयेगा ।''

अगदी दोन्ही कानांवर हात ठेवून सांगता येईल की हे गाणं एका मुक्तहृदयी पुरुषाने म्हटलेले आहे. असं गाणं एखादी स्त्री लग्नाआधी तरी म्हणणं शक्य आहे का? अगदी कितीही आधुनिक काळातली असली तरीही!

पुरुषाचं हे असं आवारा, बेचारा, बंजारा – इथं तिथं भटकणारं 'दिल'! त्याच्या हृदयाच्या भटकंतीचं भौगोलिक कोडं खुद्द त्याला तरी सुटलं आहे का?

ऐतिहासिकच नव्हे तर पार दुष्यंत-शकुंतलेच्या काळापासून आजतागायत त्याच्या हृदयाच्या या भ्रमर भ्रमतीविषयी सर्वांच्याच मनात संभ्रमावस्था आहे.

''एक परदेसी मेरा दिल ले गया,

जाते जाते मिठा मिठा गम दे गया ।''

लहानपणी रेडिओवर वाजणाऱ्या या जुन्या गाण्यात गायिका, जेव्हा 'गम दे गया' या शब्दांचा उच्चार विशिष्ट ठेक्यामुळे 'गम्मत दे गया' असा करायची तेव्हा कोणीतरी एक परदेशी पुरुष गावात येतो आणि त्या महिलेचे 'दिल' घेऊन त्या बदल्यात तिली कुठली तरी 'गोड गंमत देतो' असं आपलं मला बाळबोधपणे कित्येक वर्ष वाटत राहिलं!

पुढे यथावकाश 'दिलके बदले मिठाई' नसून 'दिल के बदले दिल' असतं हे कळलं! अर्थात हा गाण्यातला 'दिलच्या' अदलाबदलीचा व्यवहार

उशिरा का होईना पण कळला तरी! प्रत्यक्षात मात्र पुरुषाच्या हृदयाचा अंदाज घेणं हे एक महाकठीण कर्म आहे असं आजही मला वाटतं!

अगदी पन्नास वर्षे नवऱ्याबरोबर सुखाचा संसार केलेली आजी सुद्धा म्हणते, "इतकी वर्षं ह्यांच्याबरोबर काढली, पण त्यांच्या मनात काय आहे हे अजून समजलेलं नाही!"

बाकी काही का असेना पण पुरुषाचं सर्वत्र संचारी हृदय निरनिराळ्या ठिकाणी धडका मारतं हे अगदी सर्वश्रुत व सर्वमान्य आहे! ते धडका जरी मारत असलं तरी कधी धडधडतं का? आणि कधी धडधडलंच तर त्याचं कारण काय असेल?

अर्थात हृदयाला शुद्ध रक्तपुरवठा करणाऱ्या धमनीमध्ये 'कोलेस्टेरॉल' नामक शुक्राचार्य अडकून बसतो तेव्हा ते धडधडू लागतं! असं हृदयरोगतज्ज्ञ या प्रश्नाचं वैद्यकीय परिभाषेत उत्तर देतील. म्हणजे पुरुषाच्या काळजाचा ठोका चुकविणारं कोणी 'ही' नसून 'हा' छुपा रुस्तुम आहे तर! हे छुपे रुस्तुम पुरुषांच्या हृदयात जास्त प्रमाणात अडकू शकतात म्हणे! म्हणून एखादा बिच्चारा पुरुष जर कधी (प्रेम) वेदनांनी विव्हल होऊन छातीवर हात ठेवून,

"काळीज माझं धडधड करी,
उडते पापणी वरचेवरी"

असं म्हणू लागला – (मान्य आहे, हे गाणं एका स्त्रीने म्हटलेले आहे. पण रिमिक्सच्या जमान्यात ते पुरुषही म्हणू शकतो!) तर आसपासचे लोक त्याला थेट हृदयरोगतज्ज्ञाकडे घेऊन जातात. "अहो, हा डोळे पांढरे करून छातीत कळ आल्याचं सांगतोय," असे म्हटल्यावर हृदयरोगतज्ज्ञही त्याच्या निरनिराळ्या तपासण्या करून, त्याच्या धडधडत्या 'दिलाला' 'बिलाचा' मोठा आकडा सांगून अजून धडधडवतात! मग त्याच्या जिवाला लागलेल्या कळांचे निराकरण कधी व कसे होणार?

खरंतर सर्वत्र 'विहरणाऱ्या' पुरुषांच्या हृदयाला 'विरहाचे' चटके कधी बसत नाहीत हे जरी मान्य केले तरी कोणी एखादा प्रेमवीर,

"दिल ए नादान तुझे हुआ क्या है?
आखिर इस दर्द की दवाँ क्या है?"

असं निराश होऊन औषध विचारू लागला तर त्यावर विश्वास ठेवून त्याला मदत करायला काहीच हरकत नाही!

''अगं, ह्यांच्या हृदयाच्या जागी देवाने चक्क दगड ठेवलेला आहे गं!'' असं नेहमी माझी एक मैत्रीण तिच्या नवऱ्याच्या बाबतीत म्हणत असते. ''जाऊ दे गं, सगळेच नवरे पाषाणहृदयी असतात!'' असं म्हणून समस्त नवऱ्यांना दगडांच्या देशातलं बनवून दुसरी मैत्रीण तिचे सांत्वन करत असते.

पुरुष तेवढे पाषाणहृदयी आणि स्त्रिया म्हणजे कोमल, वत्सल, हळुवार हृदयाच्या! हा समज समाजात इतका घट्ट रुजलेला आहे – त्यातूनच मग

''स्त्री जन्मा ही तुझी कहाणी
हृदयी अमृत नयनी पाणी''

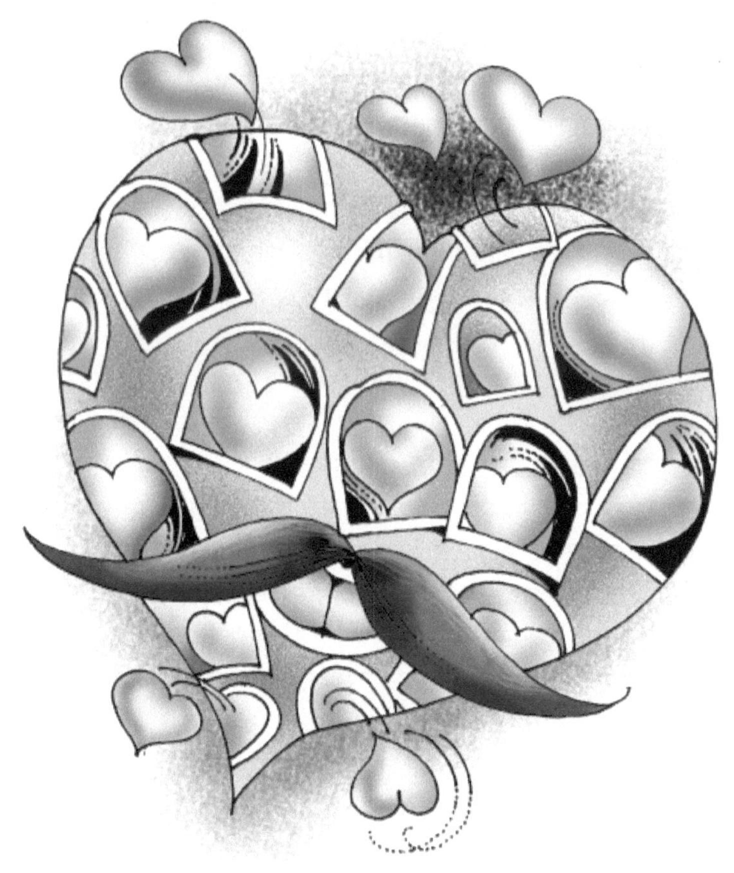

यासारख्या सुभाषितांचा जन्म होतो.

फक्त स्त्रियाच अशा सतत अमृतकुंभ व जलकुंभ बाळगून असतात हे इतकं गृहीत धरलेलं असतं की, एखाद्या करुण प्रसंगाचे वर्णन करत असताना "पुरुषासारखा पुरुष, पण तोही त्यावेळी हृदय पिळवटून रडला गं!'' असं कोणी म्हटलं की 'प्रसंग' फार म्हणजे फारच दुःखद असला पाहिजे. असा सहज तर्क काढला जातो. जणू पुरुषाचे रडणे म्हणजे घटनेतील गांभीर्याचा मापदंडच!

दया, माया, ममता, करुणा, भावना इत्यादींच्या बाबतीत (ही मुलींची नावं नाहीत हं!— 'झापडं' लावून चालणाऱ्या पुरुषाच्या हृदयातील 'झडपा'च वेगळ्या प्रकारच्या असाव्यात असं काहीजण (का जणी?) मानतात! पण मला वाटतं, त्या जन्मतःच जरी वेगळ्या नसल्या तरी नंतर बाह्योपचाराने वेगळ्या बनविल्या जात असाव्यात!

अगदी रोजच्या व्यवहारातलं साधं उदाहरण घ्या ना! परीक्षेला जाताना भेदरलेल्या मुलाला दस्तुरखुद्द त्याची आईच म्हणते, "घाबरतोस काय रडू बाईसारखं? अरे, गधड्या, मुलांनी (म्हणजे भावी पुरुषांनी) कसं निधड्या छातीचं असावं!'' असे बेधडकपणाचे धडे त्याला प्राथमिक अवस्थेपासूनच मिळू लागतात. मग तरुण होईपर्यंत असे अनेक धडे गिरविल्यानंतर तो 'भावना श्रेष्ठ की कर्तव्य?' यांच्या द्वंद्वात भावनेच्या पदरात टाकणार तरी काय?

आपल्यासाठी काय वाटेल ते करायला तयार असणाऱ्या एका प्रियकराची कठीण परीक्षा घेण्यासाठी त्याची प्रेयसी त्याला त्याच्या आईचेच हृदय आणायला सांगते. तो तत्परतेने घरी जाऊन आईचे हृदय काढतो व ते घेऊन पळतपळत प्रेयसीकडे येऊ लागतो. मधेच तो एका दगडाला अडखळून खड्ड्यात पडतो. तेव्हा, "बाळा, फार नाही ना लागलं?'' असा म्हणे त्या मातृहृदयातून वात्सल्यपूर्ण आवाज येतो – आणि मग त्या प्रियकराचे डोळे उघडतात. इत्यादी इत्यादी!

मातृहृदयाची खरंतर स्त्रीहृदयाची थोरवी सांगण्यासाठी हा सारा गोष्टीचा आटापिटा! परंतु या गोष्टीत मुळात एक स्त्रीच दुसऱ्या स्त्रीचे हृदय कापून आणण्यास सांगते. तेव्हा तिच्या हृदयातील कोमलपणा व वात्सल्य कोठे गेलेले असते? हा या गोष्टीतील विरोधाभास मला नेहमीच छळत आलेला आहे!

अर्थात या गोष्टीत आईच्या हृदयाच्या ऐवजी त्या प्रेयसीने पित्याचे हृदय आणण्यास सांगितले असते आणि ते आणत असताना मुलगा पडला असता तर, ''यडं! धडपडलं वाटतं खड्ड्यात! अगदी बापाच्या वळणावर गेलंय!'' अशी पुटपुट त्या पितृहृदयातून बाहेर बडली असती – असं चक्क एका पुरुषाचं म्हणणं आहे!

पुरुषाचं हृदय सर्वसंचारी असतं, कठोर असतं, ते पाषाणाचं बनलेलं असतं. ते फक्त कर्तव्य जाणतं – इतकंच काय त्याच्या झडपाही वेगळ्या असतात – या सर्व वैशिष्ट्यांमुळेच की काय पुरुषांच्या हृदयात केवळ एकाच स्त्रीचं घर कधीच नसतं म्हणे!

अर्थात याची शहानिशा करणं कोणालाच शक्य नाही. हे मात्र खरं आहे! ''माझ्या हृदयात केवळ श्रीरामाचंच घर आहे!'' हे सीतेला आपलं हृदय फाडून दाखविणाऱ्या हनुमानालाच ते आजवर शक्य झालंय! अर्थात तो बालब्रह्मचारी होता म्हणून! पण अशी जर बहुतांश पतींनी त्यांची हृदये फाडली तर त्यातील अनेकींची घरे बघून त्यांच्या पत्नींच्या हृदयाला घरघर लागेल!

खरंतर बहुतांश पुरुष विशालहृदयी असतात. त्यात मत्सराची भावना नसते. संकुचित वृत्ती नसते. आपपरभाव नसतो. म्हणूनच त्यात अनेकींची भाऊगर्दी नव्हे, बहीणगर्दी – नव्हे नव्हे नुसती गर्दी झालेली असते! इतकी लवचिकता व सर्वसमावेशकता असलेल्या पुरुषाच्या हृदयाला 'कठीण कठीण किती, पुरुष हृदय बाई!' असे का म्हटलेलं आहे कोणास ठाऊक?

◆

चारचाकी किस्सा

वाहतुकीचे नियम आचरणात आणण्यासाठी नसतातच मुळी, असा ठाम विश्वास असणारे सायकलस्वार व रिक्षाचालक आणि क्षणोक्षणी यमाला पाचारण करण्याचा वसा घेतलेले मोठ्या वाहनांचे चालक, यांच्या तावडीतून सहीसलामत कार चालविणाऱ्या नरवीर आणि नारी वीरांगनांचे मला कोणे एके काळी काय कौतुक वाटे!

"मी पण कार चालवायला शिकणार," त्यांच्यापासून स्फूर्ती घेऊन मी घरात निर्धार जाहीर केला.

"तू? आणि कार? काही नको!" जमेल तितका आंबट चेहरा करून पतिराजांनी त्यावर सेकंदभरातच विरजण घातले.

"प्राण गेला तरी बेहत्तर, मी शिकणारच कार चालवायला!" मीही निश्चयाने म्हणाले. आता माझ्या आक्रमक पावित्र्यापुढे ते तरी काय करणार?

"चल, आधी गाडीतील हे सर्व भाग बघून घे. हा ॲक्सिलरेटर, हा ब्रेक, हा क्लच. या लिवरने गियर बदलायचे, पलीकडे करून वरच्या दिशेने पहिला. मग त्याच अवस्थेत खाली दुसरा. मग अलीकडे करून वर तिसरा आणि खाली चवथा. मध्ये न्यूट्रल. रिव्हर्स गियर मग सांगतो." लग्न आवरते घेणाऱ्या भटजींसारखे त्यांनी भराभरा सांगायला सुरुवात केली.

"हो, पण गाडी सुरू करायची म्हणजे आधी नेमके काय करायचे?" काहीही न समजल्यामुळे मी गांगरून विचारले.

"या किल्लीने आधी इंजिन सुरू करायचे," किल्लीकडे अंगुली

निर्देश करीत ते म्हणाले.

''एवढंच ना,'' असे म्हणून देवाचे नाव घेऊन मी किल्ली फिरवली.

''अगं, अगं आधी क्लचवर पाय ठेवून गियर न्यूट्रल कर. गाडी गियरमध्ये आहे.'' हे जोरात ओरडले. ते ऐकल्यावर मी दचकून दोन्ही पाय क्लचवर ठेवले.

''अगं उजवा पाय ऑक्सिलरेटरवर, डावा पाय क्लचवर, उजव्या हाताने किल्ली फिरव, डाव्या हाताने गियर बदल. नजर समोर ठेव आणि लक्ष सतत ब्रेकवर असू दे.'' दातओठ खात हे सांगू लागले.

बापरे! दोन्ही हात व दोन्ही पाय एकाच वेळी चारी दिशांनी कार्यान्वित करायचे आणि तेही अष्टावधान ठेवून! नमनाला घागरभर पेट्रोल गेले तरी मला काही ते भरतनाट्यम् जमेना. कोणती ना कोणती पायरी चुकायचीच आणि गाडी आपली ऑडुर, ऑडुर... करत आचके देत थांबायची.

''हे बघ, हा गियर बॉक्स–'' हा आतून असा असतो. यांनी कागद पेन्सिल घेऊन आकृतीच्या साहाय्याने शिकवायला सुरुवात केली. त्यांच्यातला अभियंता आता जागा झाला होता.

''अहो, मला बाहेरचेच धड समजत नाहीए'' मी रडकुंडीला येऊन म्हणाले.

''जाऊ दे. तू ड्रायव्हिंग स्कूलमध्येच जाऊन शिक!'' नाही म्हटलं तरी त्यांना गाडीची काळजी होतीच.

अजूनही जिद् कायम असल्यामुळे मी लगेचच ड्रायव्हिंग स्कूलमध्ये नाव दाखल केले. तिथे माझ्यासारखेच अनेक नवशिके, नवहौशे गवसल्यामुळे माझा धीर जरा चेपला होता.

''मला गाडीचे एबीसीसुद्धा माहीत नाही हं.'' तेथील मास्तरला मी आधीच कल्पना दिली.

''तुम्ही बिंदास ह्वावा. कायबी काळजी करू नका!'' तो समजावणीच्या सुरात म्हणाला. त्याने माझ्यासारखे कितीतरी नवशिके पाहिले असतील. आधीच सुरू असलेल्या अवस्थेतील गाडी माझ्या ताब्यात देत तो म्हणाला, ''हे पल्याड ढकलून वर फस गियर, खाली शेकंड अन् अंगावर वढून वर थड आन् खाली फोर.'' या दोनच वाक्यात त्याने गाडी शिकण्याचे सारसर्वस्व सांगितले. गाडी माझ्या हातात देऊन त्याने

गुटखा तोंडात टाकला आणि गाडीत लावलेल्या गाण्याच्या तालावर खुशाल गाणी गुणगुणत खिडकीबाहेरील शोभा बघू लागला.

क्लच व ब्रेक त्याच्या पायाशी असल्यामुळे मीही निर्धास्तपणे गाडी चालवू लागले. अधूनमधून तो हाताच्या खुणांनी गियर बदलायला सांगे. काही मध्ये आले तर तोच ब्रेक दाबे. गाडी सापासारखी जाऊ लागली की फक्त "स्टियरींग कंट्रोल, ॲक्सीलेटर कमी," एवढंच तो ओरडे.

उण्यापुऱ्या प्रत्येकी अकरा मिनिटांच्या बावीस लेसन्समध्ये त्याने गाडीचा वेग वीसच्या वर म्हणून कधीही जाऊ दिला नाही. कोणतीही अडचण विचारली की, "म्याॅडम, शिंपल ये, आपुन आपली डाव्या,

डाव्या बाजूनं गाडी मारायची. फस, शेकंडच्या वर गियरच टाकायचा नाय. मागं मोठ्ठा 'यल' लावल्यावर घेत्यात समदी काळजी.'' असंच ठरावीक उत्तर द्यायचा.

आता लायसन्स काढायचा दिवस जसजसा जवळ येऊ लागला, तसतशी माझ्या छातीत धडकी भरू लागली. एखाद्या शाळकरी मुलीसारखा माझा रात्रंदिवस अभ्यास सुरू झाला. वाहतुकीची चिन्हे, संज्ञा, नियम इत्यादी मी घोकू लागले. गियरच्या पोझिशन्स पाठ करू लागले. 'रिव्हर्स टी'ची चाचणी देताना मी चारी खांब उडवलेत किंवा दोन ट्रक्समध्ये माझी गाडी चेपली आहे, अशी भयाण स्वप्ने पडून मी रात्री-अपरात्री दचकून जागी होऊ लागले. स्वतंत्रपणे गाडी चालवताना मी इतका वेळ हॉर्न वाजवला की लोक ॲम्ब्युलन्स येतेय असे समजून आपोआप बाजूला झाले.

''अगं, मला तर घरबसल्याच लायसन्स मिळाले.'' माझ्या अवस्थेची कीव करत एक मैत्रीण म्हणाली. 'किती बावळट आहे ही' असा तिच्या चेहऱ्यावर भाव होता.

''काही नाही गं, बायकांना चटकन देतात लायसन्स!'' इति दुसरी मैत्रीण.

'किती गोड गैरसमज पसरवितात या बायका!' आरटीओत परीक्षा घेणाऱ्या अधिकाऱ्याकडे बघत मी मनाशीच म्हणाले. कमीतकमी पाव फूट मिशा आणि सहा बाय चार फूट आकारमानाचा देह असणाऱ्या त्या अधिकाऱ्याला स्त्री-पुरुष हा भेद तत्वतः मान्यच नसावा. आलेल्या प्रत्येक मानवाची तो समतत्त्व भावाने चाचणी घेत होता. असतील नसतील त्या सर्व प्रकारच्या चाचण्यांमधून यशस्वी रीतीने पार पडल्यानंतर एकदाचे ते मौल्यवान लायसन्स पदरात पडले.

पण लायसन्स मिळविणे व प्रत्यक्षात गाडी चालविणे या दोन परस्परविरोधी गोष्टींचा संबंध पुण्याचा इतिहास, भूगोल व संस्कृतीचे ज्ञान असणाराच जाणू शकेल. अर्थात मला हे जेव्हा समजले तेव्हा नियमांचे छापील पुस्तक मी माळ्यावर टाकून दिले आणि अनुभव व सराव यांनाच शिक्षक मानून पुन्हा प्रयत्न सुरू केले.

थोड्याच दिवसात मलाही पुण्यातील वाहतुकीची व रस्त्यांची 'खड्डा न खड्डा' माहिती झाली.

अणकुचीदार लोखंडी सळ्यांनी भरलेली बैलगाडी, पाच माणसांना वाहून नेणारी स्कूटर व आपल्या वजनाच्या दुप्पट भार पेलणारा टेंपो जरी एकाच रांगेत आले, तरी त्यांना भेदून पुढे जाणे, रस्ते दोन्ही बाजूंनी खणले असतील तर आजूबाजूच्या वाहनांना ढिगाऱ्यावर चढविणे, वेग नियंत्रकावर वेग वाढविणे, मधूनच वळावेसे वाटले तर मागची, पुढची ट्रॅफिक थांबवून गाडी भर्रकन वळविणे, उगीचच रेंगाळणाऱ्या रिक्षाचालकांना आपले वाहन शिताफीने पळवायला लावणे या आणि अशा अनेक गोष्टींमध्ये मी कौशल्य संपादन केले. रस्त्यावरील चर आणि खंदक एकापाठोपाठ पार करणे म्हणजे तर माझ्या कारचा डाव्या चाकाचा मळ! सगळ्यात महत्त्वाचे म्हणजे आपली चूक झाली तरी ती कधीच कबूल न करता उलट दुसऱ्याचेच कसे चुकले हे मुद्देसूद व तर्कशुद्ध पद्धतीने पटविणे मला लीलया जमू लागले. त्यामुळे माझी गाडी गल्लीबोळातही निर्धोकपणे जाऊ लागली.

आता फक्त शंभर मीटर जरी साधा, बिनगर्दीचा व बिनखड्ड्याचा रस्ता सापडला तर गाडी कशी चालवायची एवढी एकच समस्या माझ्यापुढे शिल्लक आहे!

◆

साडी साक्षरता

''अय्या! किती छान आहे ही पोचमपल्ली! कुठून घेतलीस?'' मी उत्सुकतेने एका पार्टीमध्ये एका मैत्रिणीला विचारले.

''अगं, ही कुठली पोचमपल्ली–ही तर कुत्रमपल्ली!'' ती तत्परतेनं माझं अज्ञान दूर करत बोलली.

आता ही कुठली नवीन कुत्रमपल्ली साडी? एकेक नवीनच प्रकार निघतात नाही साड्यांचे! मी आपली मनाशी विचार करू लागले.

''या साड्या तिरुचिरापल्लीला तयार होतात. तिथूनच माझ्या जिजाजींनी आणलीये खास!'' माझ्या प्रश्नार्थक चेहऱ्याकडे बघून ती सांगू लागली.

मग या साडीला 'कुत्रमपल्ली' का म्हणतात? या साडीसाठी लागणारं सिल्क कसं वेगळ्या प्रकारचं असतं, तिच्या पदराचं काय वैशिष्ट्य आहे, साडीचे काठ करवती आणि काटेरी कसे असतात याविषयी माहिती देत आजूबाजूच्या इतर महिलाही पदर खोचून आपापली साडी अस्त्रे परजू लागल्या. काही स्त्रिया तर खायच्या प्लेटस् बाजूला सारून 'कुत्रमपल्ली, कुत्रमपल्ली' करू लागल्या.

'साड्या' हा स्त्रियांचा खास, अति जिव्हाळ्याचा आणि ठेवणीतला विषय. त्यात एखादी माझ्यासारखी साडीविषयीचे जुजबी ज्ञान असणारी स्त्री सापडली की तिच्यावर मग असं शस्त्र (का वस्त्र?) संधान सुरू होतं. त्यांच्या या चक्रव्यूहात माझी नेहमीच 'अभिमन्नी' होते.

म्हणजे एखादी साडी आवडल्यामुळे ती जाणून घेण्याचे आव्हान स्वीकारून मी त्या चक्रव्यूहात घुसते खरी, पण त्यातून नेमकं कसं आणि केव्हा बाहेर पडायचं तेच समजत नाही!

"ही कुत्रमपल्ली थोडी धर्मावरमच्या अंगानं जाणारी वाटते ना!" असं काहीतरी मी असेल, नसेल त्या ज्ञानाच्या आधारे बोलले की, "कर्म तुझं! ही कसली धर्मावरम? धर्मावरम तर कांचीपुरमसारखी असते" असा पुन्हा वेगळ्या विणीचा, वेगळ्या पोताचा गुंता सुरू होतो. मग शेवटी "हो का? हो का?" या इतक्याच प्रतिक्रियांचे धागे या गुंत्यातून सोडविण्याशिवाय माझ्याकडे दुसरा पर्याय शिल्लक राहत नाही.

रस्त्यावरून कोणतीही गाडी जाऊ दे, त्या मॉडेलचे नाव, तिची किंमत, वैशिष्ट्ये इत्यादीविषयी सर्व माहिती सांगणारे महाभाग असतात. म्हणजे हमरस्त्यावरून कितीही वेगाने एखादी गाडी शेजारून जाऊदे, 'हेच ते नवे मर्सिडिज बेंझचे मॉडेल. तिची किंमत ४५ लाख रुपये आहे. पाच गियर आहेत तिला. औरंगाबादमधील जवळपास सव्वाशे लोकांनी ती बुक केली आहे. पुढच्या महिन्यापासून मिळायला सुरुवात होणार आहे." अशी माहिती ते गाडीच्या दुप्पट वेगाने पुरवू लागतात किंवा "ही आता जी गेली ना ती नॉनगियर गाडी होती" अगदी न बघताही ते बेलाशकपणे सांगतात.

"बापरे, कसं ओळखतात?"

"सोप्पं आहे. नुसत्या आवाजावरून ओळखता येतं मला! असं उत्तर ती तज्ज्ञ व्यक्ती देते. ही आता गेली ना तिला रिव्हर्स गियरच नसतो. असं एकदा मी त्यांना सांगितलं. तेव्हा 'बघू, बघू' म्हणून त्यांनी उत्सुकतेनं बघितलं. तर ती रिक्षा होती. तेव्हा मात्र त्यांचा चेहरा बघण्यासारखा झाला होता!"

जसे हे गाडीमहाभाग असतात तशाच साडीमहाभगिनीही असतात. साड्यांचे तर अक्षरशः हजारोंनी प्रकार बाजारात उपलब्ध असतात. अठ्ठावीस राज्यांचा भारत आणि शिवाय सात युनियन टेरिटरीज आहेत त्या वेगळ्याच! प्रत्येक भागातील शेकडो प्रकारच्या साड्या! पुन्हा पोत, विण, रंग, नक्षी, कलाकुसर यांचे अगणित प्रकार. पण या साऱ्यांची गणती लक्षात ठेवणाऱ्या महासंगणिका भगिनीही आपल्याकडे असतात.

"अगं, माझ्यासारखी 'मुछाल' साडी घेण्यासाठी रोहिणी बाजारात भटक भटक भटकली, पण तिला मिळालीच नाही तशी साडी. तरी मला दुकानदार सांगत होताच की ही अशी एकमेव साडी आहे." असं एखादी स्त्री मटकत, मटकत सांगू लागली की, मी विषय बदलण्याचा

केविलवाणा प्रयत्न करते. म्हणजे पंतप्रधानांनी सडलेल्या धान्याविषयी किती योग्य निर्णय घेतला आहे ना! धान्य फुकट वाटले तर शेतकऱ्यांची धान्य उत्पादन क्षमता कमी होणार नाही का? त्यापेक्षा त्याचे खत तयार करावे किंवा वाईन करावी.'' असं म्हटलं की, ''हो ना, पण सुषमा स्वराजने जास्त चांगला तोडगा सुचवला आहे. ए पण, सुषमा स्वराजच्या साड्या कित्ती छान असतात ना! मोठमोठ्या काठापदराच्या आणि प्युअर कॉटनच्या!'' असं दुसरी लगेच म्हणते. त्यावर, ''खरं सांगू का? साड्या तर सोनिया गांधींच्याच जास्त चांगल्या असतात.'' असं आणखी दुसरीही म्हणू लागते. म्हणजे आपण कसंही ड्रायव्हिंग करा, संभाषणाची गाडी शेवटी साडीच्याच ट्रॅकवर जाते. हे पाहिलं की वाटतं, भारतातील स्त्रियांच्या साडी साक्षरतेचं प्रमाण नक्की ९० टक्क्यांच्यावर असलं पाहिजे. स्त्रिया तर स्त्रिया, परंतु 'जिजाजींनी खास आणलीए', 'मित्राने गिफ्ट दिलीये,' 'आत्तेभावाने सेलमध्ये घेतलीये...' अशी वाक्ये ऐकल्यानंतर वाटलं आता पुरुषही हे क्षेत्र काबीज करू लागले आहेत आणि आपला तर साडीशब्दकोष बनारसी, पटोला, कांजीवरम, पैठणी... बस इतक्यातच संपतो. छे! माहिती आणि तंत्रज्ञानाच्या युगात अशी साडीनिरक्षरता असणं योग्य नव्हे!

''इथं चांगल्या साड्या मिळतात असं माझ्या मैत्रिणींनी सांगितलंय,'' प्राथमिक माहिती मिळविण्यासाठी मी साडीच्या दुकानात मोर्चा वळवला.

''कोणत्या साड्या दाखवू?''

''सध्या कोणत्या नव्या प्रकारच्या साड्यांचा ट्रेंड चालू आहे?'' (खरं तर सगळ्याच साड्या दाखवा, असं मला म्हणायचं होतं!)

''ही बघा मॅडम, ही नवी हेऽहेऽहेऽ कुंकू साडी,'' तो एक भरजरी साडी उलगडत म्हणाला.

''हेऽहेऽहेऽ कुंकू साडी?''

''हो, हेऽहेऽहेऽ कुंकू साडी.''

''अहो, साधं 'कुंकू' साडी हे नाव नसतं का ठेवता आलं?''

''हेऽहेऽहेऽ हे कशासाठी?''

''कारण याच्याबरोबरच दुसऱ्या एका साडीच्या निर्मात्याने नुसती 'कुंकू' साडी बाजारात आणली आहे. जुन्या प्रभातच्या 'कुंकू' चित्रपटातील नायिका शांता आपटे नेसलीये त्या प्रकारची साडी आहे ती.''

''इतक्या जुन्या पद्धतीच्या साड्या तयार होतात? आणि त्या नेसल्याही जातात?'' मी आश्चर्याने विचारले.

''अगदी तश्शीच कशाला असायला हवी. बस नाव द्यायचं 'कुंकू' आणि 'ओल्ड इज गोल्ड' म्हटलं की खूप चालतात या साड्या. सुमारे पस्तीस-चाळीस वर्षांपूर्वी 'बॉबी' साड्या होत्या ना, त्याही आता नव्याने

बाजारात आल्या आहेत.''

त्या बॉबी सिनेमातल्या नायिकेने साडी तर सोडाच, पण पुरेसे कपडे तरी अंगावर घातले होते का? पण ठिपक्या-ठिपक्यांची कोणतीही वस्तू तेव्हा 'बॉबी' या नावाखाली खपवली जात असे.

''माझ्याकडे सर्व डिझायनर साड्या आहेत. एक साडी दुसरीसारखी नसते. एखाद्या डिझाईनची साडी बनविली की लगेच ते डिझाईन फाडले जाते. काठांचे तर असंख्य नमुने तुम्हाला पाहायला मिळतील.'' तो काही साड्या माझ्या पुढ्यात टाकून म्हणाला.

''आता हे बघा, पेढेघाटी नक्षी असलेला हा या साडीचा बुंदेलखंडी काठ. हा सहसा संबलपुरी साड्यांना असतो. आम्ही खास या साड्यांनाही बनवून घेतला आहे. आणि हा बघा मंगलगिरी साड्यांचा पटोला काठ. पुन्हा या धारवाडी काठांचा ठसठशीतपणा पाहा. रजवाडी, हे काठेवाडी, हे मारवाडी...'' बापरे, काठाकाठाने पोहूनच माझी दमछाक झाली. आता आतल्या अंगाने कधी पोहणार?

''ही साडी चायना सिल्क आहे का?,'' एका साडीच्या आतल्या भागाला हात लावून मी विचारले.

''नाही, मॅडम ही नांदेडच्या वडवणी टेरिकॉटपासून बनविलेली साडी आहे. चायना सिल्क आणि हिच्यात अगदी थोडा फरक असतो, एकोणीस– वीसचाच! कुठे चीन आणि कुठे नांदेड! पण या साड्यांमुळे या दोन भागांमधील भौगोलिक अंतर हजारो किमीचे केवळ १९/२० इतकेच उरले होते.

''ही कळत-नकळत साडी,'' तो आधीची माहिती कळेकळेपर्यंत पुढची साडी दाखवत म्हणाला.

''पण याच्यावर तर भाग्यलक्ष्मी लिहिलेले आहे'' मी नाव वाचत म्हणाले.

''हो, खरंतर ही कळत-नकळतच साडी आहे. पण आता तिला 'भाग्यलक्ष्मी' म्हणतात. कारण आता ती मालिका जोरात चालू आहे ना!'' त्याने स्पष्टीकरण दिले.

अनेक साड्या उलगडता उलगडता त्या दुकानदाराने साडी निर्मितीची अनेक गुपितेही उकलली होती. त्यामुळे मी चांगलीच साडी साक्षर झाले.

आता वस्त्रपारंगत झाल्यामुळे कोणत्याही समारंभात मी धैर्याने फिरू शकते.

''ही घडवाल साडी!'' एखादी दुर्मीळ डिझाईनची साडी नेसल्यावर मी सांगते.

''तुला गडवाल म्हणायचं आहे का?'' एखादी मैत्रीण दुरुस्ती करीत विचारते.

''छे छे, गडवाल नव्हे ही 'घडवाल'च आहे,'' मी आत्मविश्वासाने सांगते. ''ही घडविण्यासाठी कामगारांना वेगवेगळी डिझाईन्स दिली जातात. मग त्यांचे उलटसुलट कॉम्बिनेशन करून ती ते घडवतात. ती घडवाल तशी घडते. (खरंतर बिघडते!) म्हणून या साड्यांना 'घडवाल' म्हणतात.'' मी साडी निर्मिती प्रक्रिया सांगते.

''ती विकत आहे विकत!'' एखादी महिला अगदी दुर्मीळ, कुठेही न मिळणारी साडी नेसल्याचा आविर्भाव करत असेल तर मी हळूच सांगते.

''अगं, पण ती तर म्हणतेय ती 'इकत' आहे आणि बंगलोरच्या सुप्रसिद्ध 'नल्ली'तून तिच्या कोणी ओळखीच्यांनी आणलीये म्हणून!''

''छे, अग नल्लीतून कुठली? मागच्याच गल्लीतून तिने विकत घेतलीये!'' भर पार्टीत मी अशी आता कोणत्याही साडीच्या रहस्याची भांडेफोड करू शकते.

''ही ना, 'मुंडनेरीयाथम्' साडी आहे.'' टीव्हीवरील एखाद्या नृत्य करणाऱ्या हिरॉईनची साडी बघून मी सांगते.

''हो का?'' शेजारची मैत्रीणही आश्चर्याने विचारते.

''नऊवार कापड घेऊन खालच्या अंगापुरती साडी नेसायची आणि वर बारीकशी चोळी घालायची की झाली 'मुंडनेरीयाथम्!' हॉलीवूडच्या अँजेलीना ज्योलीने सुरुवात केली ही साडी नेसायला. आत बॉलीवूडमध्येही पसरलीये ही फॅशन,'' एखादी साडीविशारद असल्यासारखी मी वेगाने माहिती देऊ लागते.

इतकेच नव्हे तर, एखादी विरलेली साडी नेसली की 'विरकली' साडी, टाकून द्यायच्या आधी रफू करून नेसलेली 'झाका-टाका' साडी, आतून फाटलेली तरी आवडते म्हणून नेसलेली 'टरकली' साडी, कसर लागल्यानंतरही काटकसर करायची म्हणून नेसलेली 'कसर सिल्क' असे कितीतरी नवनवे साड्यांचे शोध लावून आता मी साडी पीएच.डी.ही मिळविली आहे!

◆

पत्ता कट

''भगवंताचं मंदिर कुठे आहे?'' मी त्या गावातल्या रस्त्यावरून जाणाऱ्या गावकऱ्याला प्रश्न विचारला. त्या अनोळखी गावातले ते असंख्य अरुंद गल्ली-बोळ! त्यातून मार्ग काढणं कठीणच होतं. कोणती गल्ली कुठे सुरू होते आणि कुठे संपते याचा थांगपत्ताच लागत नव्हता.

''भगवंताचं मंदिर...? हा .... ह्ये बगा. ही वाट जिकडं जाती त्या वाटेवून म्होरं जा. पार त्या पारापत्तुर. मग तितं 'मोर' लागंल. 'मोर' म्हंजी दुकान. तिकडून मग फाका उजव्या अंगाला. मग म्होरं 'मोर' दिसत्याल. 'मोर' म्हंजी नाचणारं. तितून मग डाव्या अंगाला फाका आन् मग म्होरं चोर दरवाजा लागंल. आन् मग म्होरंच मंदिर...''

''हं, तिकडे आहे का भगवंताचं मंदिर?'' त्या गावकऱ्याच्या विस्तृत फाकाफाकीच्या वर्णनानंतर मी वैतागून विचारलं.

''न्हाई, न्हाई, ते तर मारोती मंदिर हाये... आवो सरपंच, हिकडं या जरा. या पावन्यास्नी पत्ता सांगा बरं भगवंत मंदिराचा...'' तो दुसऱ्याच एका माणसाला बोलावून पत्ता विचारू लागला.

''अहो, माहिती नव्हतं तर माहीत नाही म्हणून सांगायचं. कशाला इतका वेळ फुकट दवडलात?'' मी जरा चिडूनच म्हणाले.

''आवो, तसं कसं सांगनार म्हाईत न्हाई म्हणून, भाईरगावच्या लोकांनी इचारल्यावर?'' तो तत्परतेने म्हणाला.

म्हणजे बाहेरगावाहून आलेल्या पाहुण्यांनी प्रश्न विचारल्यानंतर काहीतरी सांगितलंच पाहिजे अशी त्याची जबाबदारीची धारणा होती. म्हणून त्याने दुसरा माणूस भेटेपर्यंत इतका 'लाँग कट' मारला होता.

योग्य पत्ता माहीत नसताना कोणत्याही अनोळखी ठिकाणी गेलं की, पत्ता सांगणाऱ्या वेगवेगळ्या प्रकारच्या व्यक्ती भेटत असतात. त्या त्या गावाचं किंवा शहराचं प्रतिबिंबच त्यांच्या उत्तरांमधून झळकत असतं.

एकदा एका सूटबूट घातलेल्या खेडवळ तरुणाने पुण्यातील एका प्रतिष्ठित पेठेतील घराचा दरवाजा, भर दुपारी पत्ता विचारण्यासाठी वाजवला. अर्थातच नैसर्गिकपणे बाईंनी दरवाजा उघडला.

"हे इथे काय लिहिलेय?" त्यांनी 'पत्ता विचारण्यासाठी दरवाजा मुळीच वाजवू नये' या त्यांच्या घरावरील पाटीकडे अंगुलीनिर्देश करून त्या तरुणाला विचारले.

"काय लिवलेय?" त्या तरुणाचा प्रतिप्रश्न.

"काय लिहिलेय?" परत सहनशक्तीची कमाल धारणा मनाशी धरून बाईंची विचारणा.

"काय लिवलेय?" अजूनही याच प्रश्नाच्या कोड्यात असलेला तरुण.

अखेर लिहिलेय, लिवलेय, लिहिलेय, लिवलेयच्या चार-पाच फैरी झडल्यानंतर बाईंच्या लक्षात आले की हा तरुण निरक्षर आहे.

"अहो, एवढे सूट-बूट घालून हिंडताय, तुम्हाला साधं लिहिता-वाचता येत नाही?" आता बाईंचा पारा टिपेला पोचला.

"सूट-बूट घालून आलोय म्हणून तुमी एवडं तरी बोलताय. कालच आलो कळमनुरीहून. हा घ्या पत्ता, आन् सांगा बरं कुठंय हे मुक्काम पोष्ट?" एका पत्त्याचा कळकट कागद त्या बाईंच्या हातात सरकवून तो म्हणाला. अखेर नाईलाजाने का होईना त्या बाईंना शॉर्टकटमध्ये तो पत्ता त्या तरुणाला समजावून द्यावा लागला.

पत्ता विचारण्याच्या मिषाने पाकीटमारीच्या घटनांची आठवण येऊन काही वेळा पत्ता विचारल्यानंतर पुण्यातील लोक एक हात कानावर आणि दुसरा खिशावर ठेवून, भूत दिसल्याप्रमाणे उलट्या दिशेने पळत सुटतात. तर काही लोक मात्र पुण्याची मला कशी इत्यंभूत माहिती आहे या दिमाखात उत्साहाने पत्त्याविषयीची माहिती सांगू लागतात.

एकदा संभाजी पार्कमध्ये एका मुंबईहून आलेल्या नवविवाहित जोडप्याने एका जाज्वल्य पुणेरीस, 'लॉटरी कुठे आहे?" असे विचारले.

आता ही लॅवोटरी कुठे आहे हे त्यालाही समजेना. खरंतर या शब्दाचा अर्थच त्याला माहीत नव्हता. पण अर्थ विचारून अज्ञान कसे दाखवणार?

मग त्याने, 'लॅवोटरी कुठे आहे?' या प्रश्नाला बायपास करत, ''हे बघा, हा समोर दिसतोय तो जंगली महाराज रोड. तिथून पुढे उजवीकडे वळलात की कॉर्पोरेशन. किंवा डावीकडे वळलात की घोले रोड. आता याच जंगली महाराज रोडच्या डाव्या बाजूने पुढे गेलात की गरवारे ब्रीज. तिथून पुढे मग खंडुजी बाबा चौक. मग त्याच्यापुढे सरळ मोठा कर्वे रोड...'' अशी इंटरनेटवरील नकाशाबरहुकूम दीर्घ बोलती पक्रिमा घातली आणि पुढे कोणी काही विचारायच्या आत झपाझप पावले टाकीत निघूनही गेला. 'लॅवोटरी' माहीत नाही म्हणून काय झालं? हे बाकीचं तर सगळं माहिती होतं ना?

पत्ता विचारणारे लोक सहसा दुकानदारांनाच ग्राहक करतात. हे माहिती असल्यामुळे एका दुकानदाराने 'एका पत्त्याचे पाच रुपये पडतील' अशी सरळसरळ पाटीच आपल्या दुकानातील दर्शनी भागात लावली आहे. पण पत्ता विचारणारे काही लोकही व्यवहारचतुर! ''आम्हाला थोडा तरी डिस्काउंट द्या' असं म्हणत ते १० रुपयांमध्ये तीन पत्त्यांची माहिती मिळवतात. पत्ता विचारणारे लोक, अनेक जणांना अनेक वेळा पत्ता विचारून शहाणे झालेले असतात. त्या जागेचा त्यांना 'भूगोल' माहिती नसेल कदाचित, परंतु ज्यांना ते पत्ता विचारत असतात त्यांचं 'रसायन' त्यांना चांगलं माहिती झालेलं असतं.

पण काही वेळा पत्ता सांगणारेही शेरास सव्वाशेर असतात. एकदा एका निमशहरात, 'अहो, मला त्याच बाजूला जायचं आहे,' असं म्हणत एकजण पत्ता विचारणाऱ्याच्या गाडीत बसला. त्याच्या इच्छित स्थळी पोचल्यानंतर तो गाडीतून उतरला आणि नंतर एकदम पवित्रा बदलून त्याने आलो त्या दिशेच्या बरोबर विरुद्ध दिशेचा पत्ता ड्रायव्हरला सांगायला सुरुवात केली. पत्ता सांगण्याच्या बदल्यात त्याने आपल्या घरापर्यंत जायचं भाडं वसूल केलं होतं.

एकदा एका शहरातून आलेल्या प्राध्यापकांनी एका खेड्यामध्ये गेल्यावर रस्त्यावरून जाणाऱ्या खेडुताला प्रश्न विचारला, ''इथले 'सूर्योन्मुखी सदाशिव श्री विश्वेश्वर देवालय' कुठे आहे?''

''म्हाईत न्हाई बा!'' तो खेडूत मान हलवून म्हणाला.

"अहो, काय हे, एवढं सुप्रसिद्ध, तुमच्या गावातलं हेमाडपंती मंदिर तुम्हाला माहिती नाही? आपल्या समाजात हे असं अज्ञानच फार पसरलेलं असतं. मागच्याच आठवड्यात या मंदिराजवळ उत्खनन करण्यासाठी काही संशोधकांची टीम आली होती. आणि तुम्हाला साधी खबरबातही नाही?'' त्या प्राध्यापकांनी कारमधून उतरून त्याला व्याख्यान

द्यायला सुरुवात केली. तो खेडूतही कधी 'हो, हो' तर कधी 'नाही, नाही' अशी गाण्याला दाद द्यावी त्याप्रमाणे माना हलवत होता. तेवढ्यात "आवो, ते लिंबापासलं मंदिर आसंल!'' त्याची बायको मागून म्हणाली.

"हा, हा... ते व्हय? मग म्हादेवाचं देऊळ म्हणा ना. तुमी कायतरी येगळंच इचारीत व्हतात!'' तो खेडूत त्या प्राध्यापकांना पत्ता दाखवत म्हणाला.

काहीजण पत्ता सांगताना केवळ दिशा दिग्दर्शन करत नाहीत तर आचरण आणि व्यवहार नीतींचेही मार्गदर्शन करतात.

"हं, आता इथून प्रथम समोरच्या उजव्या रस्त्याने डाव्या, डाव्या कडेने चालत जा. डावी बाजू सोडू नका हं, नाहीतर पुढची वाहनं अंगावर येतील. शंभर पावलं चाललयानंतर उजव्या चौकात वळा. मग थोडं पुढे गेल्यावर दोन्ही हात कानांवर ठेवा. कारण तिथे सतत मोठमोठ्या आवाजात गाण्यांच्या रेकॉर्डस् वाजत असतात. तिथून फर्लांगभर पुढे गेल्यावर घाणेरडी वस्ती आहे. तिथून जाताना डोळ्यांना दोन्ही बाजूंनी हातांची झापडे लावत चाला. भरकटू नका हं तिथे! त्या भागातून थोडं भरभरच गेलेलं बरं. आता त्याच्यापुढे एक मोठी झोपडपट्टी लागेल. ती पार करताना नाक मुठीत ठेवून, डोळे बंद करून चाला. पुढे कचराकुंडी ओलांडल्यावरच हमरस्ता लागेल. आता निर्धास्तपणे चाला.'' असं उतू नका, मातू नका, घेतला वसा टाकू नका.'च्या आविर्भावात ते सांगू लागतात.

पत्ता सांगता सांगता मार्गातील संभाव्य धोक्यांची स्पष्ट कल्पना देणं त्यांना आवश्यक वाटत असतं!

तरी आपल्या देशात ठिकठिकाणी गावांच्या पाट्या लावलेल्या असतात. मैलांचे अंतर दर्शवणारे दगड बसविलेले असतात आणि सगळ्यात सोयीचे म्हणजे रस्त्यांवरून चालणारी माणसे दिसत असतात. त्यामुळे निर्धास्तपणे पत्ता माहित नसला तरी कुठेही फिरता येते. परदेशात मात्र पाट्यांवर गावांचे, स्थळांचे नामोनिशाण नसते. '५१७ इस्ट ड्राइव्ह,' '२५९ साउथ वेस्ट ड्राइव्ह' अशा नंबर आणि दिशांचा मेळ घातलेल्या पाट्या आपल्याला कुठे घेऊन जात आहेत याचा पत्ता शेवटपर्यंत लागत नाही. त्यातच वेटोळ्यावेटोळ्यांचे असंख्य फ्लाय ओव्हर्स! एखादा रस्ता चुकला की, त्या वेटोळ्यांमध्ये आपल्या गॅसचे

(तिकडे पेट्रोलला गॅस म्हणतात) वाटोळे झालेच म्हणून समजा! योग्य माहिती नसेल तर आपला पत्ता कटच होतो. परत विचारणार तरी कोणाला? रस्त्यावरून चालतीबोलती माणसे दिसली तर तो भाग्ययोग समजायचा!

खरंतर योग्य स्थळी (पण योग्य काळी नव्हे हं!) पत्रे पोचविणारी 'पोस्ट खाते' ही आपल्याकडील पत्त्यांचा खजिना असलेली सगळ्यात जुनी संस्था. दिवसातून एकदाच येणारे (पूर्वी ते दिवसातून दोन वेळा येत असत आणि आता कुरियरच्या जमान्यात ते काही वेळा दोन-तीन दिवसातून एकदाच येतात) पोस्टमन रस्त्यांवर हल्ली फार तुरळकपणे दिसतात. दिसले तरी ते सायकलवरून जात असतात. त्यामुळे त्यांना पत्ता विचारण्याचा प्रश्न उद्भवत नाही. पण आपापल्या परिसराचे ते 'पत्तापती' असतात. कोणीही, कसाही कट मारून पत्ता लिहिला तरी ते पत्र योग्य ठिकाणी जातेच. पूर्वी आम्ही, 'अनुव्ही अपार्टमेंट्स, डहाणूकर कॉलनी, कोथरुड' इथे राहायचो. तेव्हा एका व्यक्तीने 'हानुवळी अपार्टमेंट्स, कायनोकर कॉलनी, खोतरुड' असा एकही सुगावा नसलेला पत्ता लिहून पाठवलेले पत्रसुद्धा पोस्टमननी योग्य वेळेत आणून देऊन आम्हाला एक सुखद आश्चर्याचा धक्का दिला होता.

◆

नाच इंडिया नाच... गा इंडिया गा...

कोणी सांगितलं तुम्हाला आर्थिक मंदी आहे म्हणून? मंदीबिंदी काही असेल तर ती असेल तुमच्यासारख्या पाश्चात्त्य देशात, इतरत्र जगभरात. आम्हाला त्याची साधी धगही पोचलेली नाही. आमच्याकडे बघा प्रत्येक सण, उत्सव, धार्मिक कार्यक्रम कसे उत्साहाने साजरे होतात. बारामाही सुगीचे दिवस असतात. पिकपाणी उत्तम असतं. शेतकरी अत्यंत खूष असतात. उद्योगधंदे जोमानं चालतात. कामगारांची चांदी असते. आमची जनता गात असते. हासत, नाचत, बागडत असते. तुमच्याकडे नाचण्याचे कार्यक्रम करण्यासाठी मोठाले हॉल्स घ्यावे लागतात भाड्याने. आमच्याकडे बघा, क्रिडांगणं, पटांगणं, मोकळी मैदानं ही यासाठीच हक्काने राखलेली असतात. आणि नाहीच ती मिळाली तर रस्ता आहेच की आपला. तो तर अग्रहक्काचा. गणपती-उत्सवात नाच, सत्यनारायण नाच, वरातीत नाच. दिवाळीत, होळीत, स्वातंत्र्यदिनी, प्रजासत्ताकदिनी, नवरात्री आणि दहीहंडी प्रत्येक वेळी नाच हवाच. कशी ऊर्जेनी रसरसलेली तरुणाई उसळत असते रस्त्यारस्त्यांवर. आता एवढी उच्छलकुद करायची म्हटलं की होतं थोडं दारूकाम (पिण्याचं आणि फोडण्याचं), गर्दी आणि ट्रॅफिक जॅम, पण तेवढं चालणारच. काहीजण उगीचच तक्रार करतात–म्हणे बंदोबस्त करणाऱ्या पोलिसांना किती त्रास होतो! अरे, आम्ही तर म्हणतो, त्यांनीही नाचावं, खेळावं, कुदावं. कशाला राहायचं इतकं बंदिस्त? ताणतणाव सोडा. मोकळचाकळे व्हा. (काहींनी हे मनावर घेऊन सत्यातही उतरवलंय!)

इतरांना त्रास होतो ते जाऊ द्या. पण आम्ही किती मुक्त होतो – आणि आम्ही नाचतो तर किती उत्तम! खोटं कशाला, टीव्हीवरचं कोणत्याही भाषेतलं, कोणतंही चॅनेल, केव्हाही उघडा. अगदी छोटीछोटी बालकेही नाचत असतात. 'बिडी जलायले' किंवा 'पदरावरती जरतारीचा मोर' कोणतंही गाणं वाजवा ना– अगदी त्या त्या हावभावासकट नृत्यं बघायला मिळतील. 'अय्ययो नाक बघा, नाक बघा... (अशाच उच्चाराचा काहीसा तमीळसदृश शब्द) असं म्हणत 'ही मराठी' चॅनेलवर २० किलो वजनाची चिमुरडी नाचत असते. तर दुसरीकडे 'भी मराठी' चॅनेलवर 'दात बघा, दात बघा...' टनभराची महिला टणाटण उड्या मारत असते. पाश्चिमात्य देशातील कोणत्याही रॉक किंवा पॉप डान्सरला अशी नृत्ये करून दाखवच म्हणावं. काय बिशाद आहे एक स्टेप जरी येईल तर!

क्रिकेटमधील चिअर गर्ल्सचे ते काय फालतू नाच? तशा प्रकारचे नाच तर आमच्या परकरी पोरीही करून दाखवतील. खेळाची 'कमर्शियल व्हॅल्यू' वाढविण्यासाठी तुम्ही चिअरगर्ल्सचा वापर करताय. आमचं तसं नाही. आम्ही संस्कृती जपतो. प्राणपणाने परंपरा सांभाळतो. जगभरातल्या सगळ्या संस्कृती काळाच्या ओघात नष्ट झालेल्या आहेत. आमची संस्कृती मात्र अगदी भक्कम आहे. आमच्या आयटम गर्ल्सची नृत्यं पाहा. किती वेगळीच असतात. कथकली, कुचिपुडी, भरतनाट्यम्, भांगडा, गरबा, लावणी अशा पौर्वात्य नाचांचं मिश्रण आणि वर त्याला डिस्को, पॉप, रॉक किंवा ट्वीस्ट अशा पाश्चिमात्य नाचांची फोडणी. जगभरात अशा प्रकारचं नृत्य कुठेही बघायला मिळत नाही. काही आयटम गर्ल्स या नाचांचे आता पेटंट्स घेणार आहेत म्हणे! मागे तर आयटम डान्सलाही राष्ट्रीय पुरस्कार दिला जावा अशी मागणी एका नृत्यांगनेने केली होती. पण या नाचांनाही काही लोक नावे ठेवतात. म्हणे त्या नृत्यांगनांचे झटके आणि लटके बघून प्रेक्षक खुळवतात आणि त्या उन्मादात खुर्च्यांची फेकाफेक करतात. मग त्यांना आवरताना पोलिसांनाही हृदयविकाराचे झटके येतात. शिवाय प्रेक्षक या नृत्यांगनांवर पैशांची उधळण करतात म्हणे! मग तमाशातील कलाकारांना दाद देताना पूर्वीचे प्रेक्षक नाही का 'दौलतजादा' (का कमी?) करत! कुठेतरी दौलत कमी झाली की कुठेतरी वाढतेच हा साधा अर्थशास्त्राचा

नियमही काही लोकांना कळत नाही. आर्थिक बाबी जाऊ देत, पण परंपरांचे जतन करायला नको   का?

केवळ संस्कृती आणि परंपरांची जपणूक म्हणून नव्हे तर 'आमचे नाच, आमची गाणी' या (अ)द्वितीय कलांमध्ये आमच्या सगळ्या

समस्यांची, संकटांची इतकंच काय, एकूणच विकासाची, प्रगतीची उत्तरे दडलेली आहेत. हे आम्ही सर्व जगाला दाखवून दिलेले आहे. कोणी काहीही केलं की आम्ही त्यांना गाण्याच्या तालावर आणि नाचाच्या ठेक्यात उत्तरे देतो.

मागे पाकिस्तानी दहशतवाद्यांनी मुंबईमध्ये पंचतारांकित हॉटेल्समध्ये राजरोस धुमाकूळ घातला. तीन दिवस बंदुकांच्या फैरी झडत होत्या. अखंडपणे धुरांचे लोट येते होते. निष्पाप लोकांना ओलीस धरले गेले होते. पोलिसांच्या हत्या झाल्या. सगळ्या जगाने तो थरार पाहिला. पण आम्ही घाबरतो की काय? त्याच लिओपोल्ड, ताज हॉटेलच्या भागात लगेचच आम्ही सारेगमपची विश्वविजेती ठरविणारी अंतिम फेरीची स्पर्धा घेतलीच की नाही? तेही त्या दहशतवाद्यांच्या नाकावर टिच्चून! 'मेरे देशकी धरती,' 'वंदे मातरम्,' 'सलाम इंडिया'... अशी कितीतरी देशभक्तीपर गाणी स्पर्धकांनी गायली. स्पर्धक रडले. प्रेक्षक चिंब भिजले. कार्यक्रमाचे प्रायोजक हसले. जाहिरातदार खूष झाले. देशप्रेम असावं तर असं, भावना असाव्यात तर अशा! पोलीस यंत्रणा सबळ असावी, सुरक्षा यंत्रणा कडक आणि काटेकोर असावी, पोलिसांवर सुट्ट्या आणि वेतन या बाबतीत अन्याय होऊ नये, त्यांच्याकडे प्रतिकार करण्यासाठी आधुनिक साधने उपलब्ध असावीत असे काहीबाही बारीक सूर निघाले तेव्हा. पण, त्यांचा प्रतिध्वनी यायच्या आत ते विलयासही गेले. गाण्यांच्या स्पर्धांमध्ये अशा कमजोर सुरांचे महत्त्व ते काय?

शिवाय त्या दिवशी पोलीस जेरीस आले, तिथला बंदोबस्त करून आणि दुसऱ्या दिवशी महापालिकेच्या सफाई कामगारांच्या भावनाही खूप अनावर झाल्या, तिथला टनावारी कचरा आवरता आवरता. पण आता देशप्रेमाखातर एवढं तर करायलाच हवं!

कोणतंही संकट आलं की, नाचगाण्याचे कार्यक्रम करतो आम्ही! मग रंगमंचाची व्यवस्था करणारे, वेशभूषाकार, दुकानदार, जाहिरातदार हे सर्वजण मिळून ते संकट निवारतात. दूर खेड्यांमधील लोक अशावेळी उगीचच आरडाओरड करतात. म्हणे आमच्याकडे लाईट नसतात. शेतीला सोडा, साधे प्यायलाही पाणी नसते. तुमचे कार्यक्रम बघायला यायचे तर रस्ते धड नाहीत. प्रवासाच्या चांगल्या सोयी नाहीत. आता ही काय कारणं झाली? प्रेमच नाही त्यांना देशाबद्दल, हेच खरं कारण आहे!

नृत्य आणि गायन याच दोन कलांचं असं महत्त्व आम्ही ओळखलंय. म्हणूनच नाचगाण्यांच्या स्पर्धा जाहीर झाल्या की ऑडिशन द्यायला हजारो तरुण-तरुणींच्या रांगा लागतात. घरांघरांमधून, आईवडिलांकडून, आजी-आजोबांकडून आशीर्वाद देऊन स्पर्धकांना पाठवलं जातं. ते थोरांना नमस्कार करतात. दही खातात. तीर्थ घेतात. नाहीतर भारतीय परंपरांची ओळख त्यांना होणार कशी? काहीजण उगीचच या स्पर्धांच्या नावाने बोटे मोडतात! त्यांनी असे करण्यापेक्षा स्पर्धेत भाग घेतलेल्या स्पर्धकांना एसएमएस करण्यासाठी त्यांच्या स्वतःच्या मोबाइलवरून बोटे फिरवावीत. स्पर्धक किती आर्जवाने, हिरिरीने मते देण्याचा आग्रह करत असतात. इथेच त्यांना 'लोकशाही'चे प्राथमिक ज्ञान मिळत असतं. हरले तरी अश्रू. जिंकले तरी अश्रू. प्रायोजकांचा फायदा. मोबाईल कंपन्यांचा नफा. आमचा समाज अश्रूंवर श्रीमंत होतो. नाहीतर इतर देशातील लोक बघा. उपसत बसतात कष्ट, गाळत बसतात घाम. हं, आता काहीजण म्हणत असतात, म्हणे एकच वर्ग श्रीमंत होतो, पण देशाचं एकूण उत्पन्न वाढतंय ना? या वर्गाला थोडं कमी, त्या वर्गाला थोडं जास्त. काय फरक पडतोय? शेवटी सरासरी दरडोई उत्पन्न वाढतंच की!

खेळणं, व्यायाम करणं, इतर छंद जोपासणं हे सारं मुलं विसरली आहेत. मुलांना कर्तबगारी करण्यासाठी, आत्मविकासासाठी इतर क्षेत्रे नाहीत का? अशी रडगाणीही गातात काही लोक! पण त्यांना हेच समजत नाही की गाणं म्हणजे गळ्याचा व्यायाम आणि नाच म्हणजे हातापायांची कसरत!

नाच आणि गाणे या दोन कलांमुळे आपला समाज ज्ञानानं आणि धनानं समृद्ध झाला आहे, होणार आहे. म्हणूनच नाच इंडिया नाच... गा इंडिया गा....!

◆

'नो सेलिब्रेशन डे'

"आजवर आपण समजत होतो की, प्रेमाचं केंद्र हे मेंदूत असतं, पण तसं नसून ते 'जठरात' असतं असा आता नव्याने शोध लागलेला आहे आणि पुणे विद्यापीठात त्यावर संशोधन चालू आहे" मानसशास्त्रज्ञ प्रा. विचारे एका वाहिनीवरून सांगत होते. प्रेम म्हणजे नक्की काय असतं आणि ते कुठं उत्पन्न होतं याविषयी त्यांना व्हॅलेन्टाईन डेच्या दिवशी प्रश्न विचारला होता.

"आता आपण सावंतवाडी येथील पेट्रोल पंपाचे चालक शिवा भेसळे यांना विचारू त्यांना काय वाटतं ते," त्या चॅनेलवरील पत्रकार पुणे विद्यापीठातून थेट सावंतवाडीला पोहोचलेले असतात.

"व्हालेनटाईन डे का काय हाय म्हनून इचारतास व्हयं?"

"हो, तुमच्या मते प्रेम कशावर करावं?" पत्रकार.

"आवो, प्रेम काय तां काय जल्ला कशावर पन करावा. हल्ली मी डिजेल पेट्रोलवर आन् राकेलवर पन करतुय पिरेम." टीव्हीवर चमकणार म्हणून शिवा भेसळेंच्या आवाजाला वेगळीच धार चढलेली असते.

"बापरे, रॉकेलवर प्रेम? कधीपासून करता? आधीपासूनच का?" पत्रकार भयभीत होऊन विचारतो.

"नाय, पयली हलद इकित होतो ना तवा लाकडी भुश्शावर करीत होतो," शिवा भेसळे आपलं पहिलं प्रेम चॅनेलच्या माध्यमातून खुलं करतात.

वर्षातील तीनशेपासष्ट दिवस असाच कोणता ना कोणता तरी 'डे' सेलिब्रेट केला जातो. मदर्स डे, फादर्स डे, चिल्ड्रन्स डे, टीचर्स डे,

फॅमिली डे, विमेन्स डे, जेन्टस डे, लेबर्स डे,... असे मानवीय दिवस तर फ्रॉग डे, टर्टल डे, पेंग्विन डे, मास्क्युटो डे, कॉकरोच डे,.. असे प्राणीय दिवस इतकेच नव्हे तर टॉवेल डे, हँकरचिफ डे, बुक डे, हुक डे... इ.सारखे निर्जिव वस्तूंचे दिवस असे चराचरातील सर्व गोष्टींचे दिवस जगभरात सर्वत्र साजरे केले जातात. वर्षातल्या दोन-चार तारखा सोडल्या तर प्रत्येक दिवस सेलिब्रेट केला जातो. काही वेळा तर एक दिवस दोन/चार कारणांनीही सेलिब्रेट होतो.

या सगळ्या डेज मध्ये 'व्हॅलेन्टाईन डे' हा अग्रक्रमाचा मानाचा दिन. वय वर्षे आठ ते ऐंशी वर्षापर्यंतच्या (खरं तर 'शून्य ते शतकोत्तरी' असंच आजच्या आधुनिक काळात म्हणायला हवं.) सर्व वयोगटातील, सर्व थरातील लोकांना तो आपलासा वाटतो–आणि या साऱ्यांच्या प्रतिक्रिया मिळतात. त्यामुळे चॅनेल्सचे बाईटस् आणि दैनिके, मासिके, साप्ताहिके यांच्यामधील रकानेच्या रकाने भरून जातात.

'प्रकृती प्रेमगावकर,' वर्ध्याहून बोलताहेत (प्रतिक्रियांसाठी सगळा भूभाग कॅपचर केला जातो. हो, कोणावर भौगोलिक अन्याय व्हायला नको!)

"प्रेमाच्या बाबतीत मले काय विचारून राहिलात. महिलांच्या तर प्रकृर्तीतच प्रेम आसते." प्रकृतीताई प्रेमाची प्राकृतिक प्रवृत्ती सांगतात.

"आम्ही स्वत: प्रेम करत नाही. पण कैद्यांना प्रेम करण्यास भाग पाडतो," सटाण्याहून जेलर धोंडीराम उरस्फोडकर सांगत असतात.

"कैद्यांना प्रेम करण्यास भाग पाडता? कोणावर?"

"कैद्यांना दगडांवर प्रेम करण्याची सक्ती केली जाते. कारागृह दगडी आणि त्यांचं कामही खडीफोडीचं असतं. जर त्यांचं दगडी प्रेम थांबलं तर ते पलायनाची योजना आखू लागतात. म्हणून सतत सतर्क राहावं लागतं."

अशा तऱ्हेनं कैद्यांवर केलेली प्रेमाची सक्ती उरस्फोडकरांचं काम हलकं करत असते!

आपली मते इतकी किंमती आहेत हे समजल्यावर मग सगळेच अधिकार वाणीनं बोलू लागतात.

"प्रेम भरपूर करा. त्यात काटकसर नको," 'प्रेम म्हणजे भिल्लासारखं

कराच पण मल्लासारखंही करा,' 'प्रेम म्हणजे नाजूक पाकळ्या त्यांना हळुवार हाताळा,' 'प्रेम या शब्दाच्या भावावर जाऊ नका (यावर कोणी म्हणाले, 'मी तर प्रेमच्या बहिणीवर प्रेम करतोय!') 'प्रेम म्हणजे हलते उडते क्षण, त्याला धरून ठेवा,' 'प्रेम बाहेर कुठे सापडणार नाही. प्रेम म्हणजे चिरस्थिर पळ जो तुमच्या मनाच्या तळीच दडून बसलेला असतो. त्याला शोधा.' अशा अगदी परस्परविरोधी मतमतांतरांनी 'व्हॅलेन्टाईन डे'च्या दिवसाचे सगळे तास गलबलून जातात. प्रत्यक्ष प्रेम करण्यासाठी त्या दिवशी वेळ मिळतो का नाही हा भाग वेगळा! परंतु

या प्रतिक्रिया ऐकल्यानंतर 'प्रेमच प्रेम चोहीकडे गं बाई गेला द्वेष कोणीकडे?'' असं वाटूं लागतं.

सेलिब्रेटीज ते सामान्य जन यातील प्रत्येक जण प्रेमाची व्याख्या करतो, त्याचा अर्थ सांगतो आणि तो दिवस साजरा कसा करावा याविषयीचे मार्गदर्शन करतो. जणू समोरचे अर्जुन आणि आपण कृष्ण या भूमिकेतून! 'व्हॅलेन्टाईन डे' साजरा करण्यात गैर काहीच नाही. एका वाहिनीवरील कार्यक्रमातील चिमुरडी विजेती कलाकार उपदेश करत असते. आणि बुजुर्ग लोक तिच्याकडे भावभरल्या नजरेने बघत असतात. जणू तिच्या कलेबरोबर तत्त्वज्ञानाचा वारसाही तिने मागच्या जन्मातूनच आणलाय!

बरं या 'डेज'च्या व्याख्या इतक्या मोघम असतात की त्यांचा वापर सर्रास कोणत्याही 'डे'ला करता येतो. उदाहरणार्थ ''अनेक दु:खं पचवून इतरांना जो आनंदी ठेवू शकतो तोच खऱ्या प्रेमाचा अर्थ जाणतो. निरागस, नि:स्वार्थी व स्वच्छ भावना म्हणजे प्रेम.'' ही व्हॅलेन्टाईन डे ला सांगितलेली प्रेमाची व्याख्या, ''अनेक दु:ख पचवून इतरांना जो आनंदी ठेवू शकतो तोच खऱ्या अर्थाने 'मैत्रीचा' अर्थ जाणतो.'' अशी मैत्रीच्या व्याख्येत ट्रान्स्फर होऊ शकते. आणि फ्रेंडशिप डेला तिचा वापर करता येतो. त्याचप्रमाणे 'मैत्रीचा' या शब्दाच्या जागी 'मातृत्वाचा,' 'पितृत्वाचा', 'गुरुत्वाचा', 'कर्तृत्वाचा', हे शब्द वापरून अनुक्रमे मदर्स डे, फादर्स डे, टीचर्स डे, लेबर्स डे यांच्या व्याख्या करता येतात आणि त्या त्या दिवशी सांगता येतात.

कोणत्याही 'डे'चे महत्त्व ते सांगणाऱ्याने केलेल्या उक्तीत आणि अभिव्यक्तीत असते. भले त्या व्यक्तीला तो 'डे' साजरा करण्याचा मूळ अर्थ समजला नाही तरी चालेल. 'रक्ताची नाती लाल असतात, पण मैत्रीची नाती हिरवीगार असतात,' कोणीतरी 'फ्रेंडशिप डे'ला असं रंगमय बोलून जातं की लगेच यातील 'हिरव्या' रंगाला काही पक्षीय नेते हरकत घेतात. 'अरे, परदेशी डेज साजरे करता, परदेशी कल्पनांना उराशी बाळगता? कुठे गेली भारतीय परंपरा, संस्कृती?'

'ट्रॅडिशनल डे'ला नाकात नथ, अंगभर नऊवार साडी, दोन्ही खांद्यांवरून पदर घेणाऱ्या तरुणी पुन्हा वर्षाचे उरलेले तीनशेचौसष्ट दिवस लो वेस्ट जीन्स आणि छोटी छोटी झबली घालायला मोकळ्या! हजारो वर्षांच्या परंपरेला एकाच दिवसात गुंडाळता येते ते असे!

'अगं, आज एकदम तेल लावून चापूनचोपून वेणी घातलीएस' एरवी केस मोकळे सोडून इकडेतिकडे हिंडणाऱ्या एका तरुणीला मी विचारले.

'हो, ना. आज माझा 'बॅड हेयर डे' आहे ना म्हणून!' ती म्हणाली.

''बापरे! आता हा कुठला 'बॅड हेयर डे?' माइ्या माहितीत ही नवीनच भर पडत होती. 'आणि तो सेलिब्रेट कसा करायचा?' मी चक्रावून विचारले. 'अगं, आन्टी केस धुतल्यानंतर हवे तसे केस वळले नाहीत आणि पाहिजे तशी हेयर स्टाईल करता येत नाहीए म्हणून मी म्हणतेय की आज माझा 'बॅड हेयर डे' आहे. तो साजरा करायचा नसतो.' तिने हसतहसत खुलासा केला. 'पण तुझी आयडिया मस्त आहे हं, 'बॅड हेयर डे' पण सेलिब्रेट करता येईल,' ती पुढे खुश होऊन म्हणाली.

एका आडगावात रात्री बारा वाजेपर्यंत ढोल-ताशांच्या कडकडाटात पर्यावरण दिनी पर्यावरणविषयक वगनाट्य चालू होतं. 'आता माईकचे आवाज बंद करा आणि कार्यक्रम आटोपता घ्या' असं पोलिसांनी त्यांना सांगितल्यावर, 'आवो, परयावरनाचाच कारेक्रम हाये. लोकांच्या भल्याच्याच गोष्टी सांगतोय. आता तेवडं 'वाजले की बारा' होऊन जाऊ द्या. मग थांबवितो.' असं तिथल्या लोकांनी सांगून पुन्हा तासभर तबल्याच्या तालावर आवाजाचं प्रदूषण केलं!

कधी आपण सकाळी नाष्ट्यात इडली-सांबार खातो, दुपारी जेवणात छोले-भटुरे तर रात्री चीज पिझ्झा. आपण 'सर्वधर्म देश प्रांतपरगणाटापूवादी' होत चाललो आहोत, याचं हे प्रतीक! हे सर्व ठीक आहे. पण सणवार आणि डे यांचं (कन) फ्यूजन झालं तर ते आपण मोकळं कसं करणार? हा प्रश्न आहे.

म्हणजे समजा 'वटपौर्णिमा' आणि 'हजबंड काईट डे' एकाच दिवशी आले तर? अंगारक संकष्ट चतुर्थी आली आणि एखादीने कडकच पाळायचे ठरवले आणि नेमका त्याच दिवशी टर्की डे आला. किंवा मार्गशीर्षांतला एखादा पांढरा गुरुवार आणि black forest केक डे आला किंवा बैलपोळ्याच्या दिवशी बरोब्बर 'ऑर्नमेंट अँड ज्वेलरी डे' आला तर करायचे तरी काय?

खरंतर शारीरिक, मानसिक, कौटुंबिक, सामाजिक, आर्थिक हानी

करणाऱ्या दिनांमुळे सामान्य जनता दीनवाणी झालेली आहे आणि आता एखादा तरी 'नो सेलिब्रेशन डे' साजरा करावा–नव्हे नव्हे साजरा करू नये–अशी त्यांची मनापासून इच्छा असते!

मिसळ भाषा

''क्या भैया तुम्हारा दूध!'' सकाळी सकाळी सुलभा दूध देणाऱ्या भैयाला वैतागून म्हणाली.

''क्यों, क्या हुआ?'' भैयाने विचारले.

''अरे, कल पाहुणे आये थे. मैने चाय बनायी उनके लिए. एकदम करडीच हो गई और मेरा मुँह उनके सामने काला पड गया. क्या दूध हैं भैया, निव्वळ पांढरा पाणी!'' ती मराठीमिश्रित हिंदीत स्पष्टीकरण देत म्हणाली.

''चाय बनायी, करडी हो गयी?' तो देत असलेल्या दुधामुळे चहाचे रूपांतर 'करडी' नावाच्या पदार्थांत झाले याचे त्याला आश्चर्य वाटत होते. 'करडा' हा रंग असतो हे त्याच्या गावीही नव्हते.

'उसमे क्या परेसानी है. चाय की करडी तो बन गयी ना. वो उनको खिलानी थी.' असं पुटपुटत भैया निघूनही गेला.

सध्या जागतिकीकरणाचे युग आहे. पण त्याआधी पूर्वीपेक्षा जास्त वेगाने भारतीयीकरण होत असल्यामुळे भाषांचे हे असे सतत गोंधळ होत असतात. अनेक शब्दांची एका भाषेमधून दुसऱ्या भाषेकडे फेकाफेक होते. हे शब्द त्या त्या भाषांमध्ये अलगदपणे जिरतात आणि मागाहून त्या भाषेतील वाक्यांमधून झिरपतात.

मागे एकदा, मॅडम, 'घात झाला,' 'घात झाला,' असं म्हणत एक इलेक्ट्रिशियन आमच्या घरी आला.

''अहो, झालं तरी काय?'' मी त्याला बसवून घेत, पाणी देऊन घाबरून विचारलं! मला वाटतं फ्यूज दुरुस्ती करता करता बिल्डिंगच्या

मीटर बॉक्समधून कोणाला शॉक बसून अपघात झाला की काय?

"मॅडम, तुम्ही चार बल्ब आणायला सांगितले होते, मी तीनच बल्ब आणले. एक विसरला." उत्तरादाखल तो सहजपणे म्हणाला.

बापरे, केवळ एक बल्ब विसरला तर हा 'घात झाला' असे म्हणत होता. मग खरंच घातपात झाला तर त्यासाठी हा कोणता शब्द वापरत असेल? मी मनाशीच म्हणाले. तो इलेक्ट्रिशियन मूळचा 'उदगीर' गावचा होता. तिथे मराठी, कानडी, तेलुगु अशा तिन्ही भाषांच्या संगमातून तयार झालेली एक वेगळीच त्रिवेणी भाषा बोलली जाते. या भाषेत तिन्ही

भाषेतील शब्द त्यांच्या आघातासकट स्वीकारले जातात. म्हणून 'घाताचा' इतका धक्का मानायचा नसतो हे मला तेव्हा नव्याने समजले.

एका महाराष्ट्रीयन कुटुंबातील एका 'भाभीचा' गोलमटोल दीर घरात खूप चेष्टा विनोद करायचा. 'नव्या नवेल्या' भाभीची छेडछाड करताना तर त्याला जास्तच उधाण येत असे. 'जाओ, आप बडे शरीर हो, हम आपसे बात नही करते' एके दिवशी ती उत्तर प्रदेशातील भाभी त्या दिराला म्हणाली.

"हाँ, भाभी. मै बहोत ज्यादा मोटा हो गया हूँ । क्या करें, डाएटींग से तो घट नही रहा । अब मुझे जिम जॉईन करना पडेगा ।' तो लगेच त्याच्या भाभीला ओशाळून म्हणू लागला.

"अरे, मैने आपको मोटा कब कहाँ?" ती आश्चर्याने म्हणाली.

"अभी कहाँ ना, 'बडे शरीर' हो ।' तो म्हणाला. त्याला वाटले, 'बडे शरीर' म्हणजे लठ्ठ!

"अरे भैया, 'शरीर' मतलब 'शरारती.' 'नॉटी, नॉटी,' ती इंग्लिश शब्दाचा आधार घेऊन त्याचा अर्थ समजावू लागली.

इतके दिवस आपल्या वहिनीची फिरकी ताणणाऱ्या दिराची अशी आपोआपच शब्दभ्रमामुळे फिरकी ताणली गेली.

आंतरजातीय विवाह त्याचप्रमाणे आंतरराज्यीय व्यापार, व्यवसायांमुळेसुद्धा अशा गैरसमजुती आणि त्यातून अनेक गमतीजमती घडत असतात.

घरी येऊन साड्या विकणारे व्यापारी देशाच्या अनेक भागांमधून सीमापार करून येत असतात. त्यांच्याशी किंमतीवरून घासाघीस करताना काही भगिनी सरळसरळ आपल्या मातृभाषेचा आधार घेतात. कारण त्याखाली कोणत्याही किंमतीचा खडा मारून पाहिला तरी चालतो.

"नही भैया, सतराशे साठ बरोबर है, अशी साडी यहाँ पण मिळते." एक महिला साडी विक्रेत्याला म्हणाली.

"हाँ, बराबर है बहेनजी पर हमे 'लाफा चाहिए" तो विक्रेता लाफा मागतो.

"लाफा? क्यो, लाफा क्यो?" ती आश्चर्याने विचारते.

"हाँ, थोडा तो लाफा चाहिए ना. भवानी का टाईम है."

(भवानी हा शब्दसुद्धा बोहनी, बोणी, भोनी अशा अनेक समानार्थी

शब्दांनी वापरला जातो. तो निश्चित काय आहे, हे आजवर कुणालाच समजलेले नाही!)

''भवानी के टाईम लाफा?'' ती महिला घाबरून विचारते. भवानीच्या वेळेला विक्रेते पैसे हातात पडल्यावर सामानाला लावतात, डोक्याला लावतात आणि मग ओठालाही लावतात आणि नंतरच खिशात ठेवतात हे माहिती होते. पण, भवानी के टाईम लाफा?

''हा लाफा चाहिए.'' तोही परत सहजपणे म्हणतो.

''अरे, भवानी के टाईम लाफा, ये क्या प्रथा है, कल तुम झापड माँगोंगे कैसे देंगे हम?'' ती शेवटी नकार देत म्हणते.

''नही नही, लाफा लाफा... प्रॉफिट, प्रॉफिट...'' पुन्हा कॉमन इंग्लिश शब्दाचा आधार घेत तो सांगू लागतो.

''अच्छा 'लाफा' म्हणजे नफा होय!'' ती हसतहसत म्हणाली. लाफा तर सगळेच विक्रेते घेतात ग्राहकांकडून!

आजकाल हिंदी गाण्यांमध्ये इंग्रजीबरोबरच मराठी, पंजाबी, गुजराती इत्यादी भाषांमधील शब्द किंवा वाक्य वापरायची चाल आहे.

''ये दिल ना होता बेचारा

कदम न होते आवारा''

हे जुनं गाणं एकदा रेडियो मिर्चीवर लागलं होतं. ते ऐकून माझा चौथीतला भाचा म्हणाला, ''मावशी, ते बघ ना गाण्यात शेजारच्या कदमकाकांना आवारा म्हणतायत!''

हल्लीच्या हिंदी गाण्यांमधल्या शब्दांचे उच्चारही कधीकधी नीटसे कळत नाहीत आणि गाण्यामध्ये तर मधून कोणत्याही इतर भाषेतील लाईन टाकली जाते. ए. आर. रहमानने संगीतबद्ध केलेलं उर्वशीऽऽऽउर्वशीऽऽऽ हे गाणं मी स्वतः पूर्वी

उर्वशीऽऽऽउर्वशीऽऽऽ

किडकिडीशी झालीसी...

असंच म्हणायचे. थोड्या दिवसानंतर मला कळले की ते वाक्य 'किडकिडीशी झालीसी' असं नसून 'टेक इट इझी पॉलिसी' असं आहे!''

बोलताना इंग्लिश शब्द, वाक्य, पेरत राहणं हा तर अनेकांचा छंद असतो. मग अर्थाचा अनर्थ झाला तरी चालेल!

''डोन्ट रोटेट माय हेड अर्ली इन द मॉर्निंग'' एका नवशिक्या इंग्लिश बहाद्दराने मित्राला उद्देशून हे वाक्य उच्चारले. मराठीतील शब्दांच्या सहीसही भाषांतराने ऐकणाऱ्याचे डोके खरोखरचे फिरले असेल!

एकदा दाराबाहेर ५ मिनिटे बेल वाजवून वाट पाहणाऱ्या मित्राने त्याच्या मित्राला फोन केला. ''अरे दार उघड ना, आय ॲम आऊटस्टँडींग हियर!''

एका खूप मोठ्या सुशिक्षित माणसांच्या सोसायटीतील मेंटेनन्सचे काम बघणाऱ्या एका सेक्रेटरीला वाटले की इथे सगळ्यांना इंग्लिश भाषा येते. मग आपल्याला येत नाही की काय? मग त्याने ''इफ प्लंबिंग गो जोशी, इफ वॉटरसप्लाय गो पाटणकर, इफ इलेक्ट्रीसिटी गो पटेल, ॲड इफ एनी अदर कंप्लेंट कम मी'' अशा प्रकारची वाक्ये सर्क्युलरमध्ये टाकून अनेकांना पळवलं होतं.

नवशिके, हौशे, गवशे सोडाच, एकदा एका प्राध्यापकांनी तास चालू असताना ''यस्टरडे आय हॅव सीन यू इन द सिनेमा थिएटर विथ माय वाईफ, कान्ट यू अंडरस्टँड एक्झाम्स आर ऑन द हेड?'' असे म्हणून एका विद्यार्थ्याला खडसावले होते. सरांच्या पत्नीबरोबर मी कोणता सिनेमा आणि कधी पाहिला हे त्याला स्मरणशक्तीला ताण देऊन पाहिले तरी आठवेना!

मिसळ ही अशी चटकदार आणि गमतीदारच लागते, मग ती पदार्थांची असो अथवा भाषेची असो!

◆

'विनोद' – बायका नाही बुवा?

'हॅ हॅ हॅ... बायका आणि विनोद?' टीव्हीच्या एका चॅनेलवर विनोदी लेखन करणाऱ्या एका मराठी लेखकाची मुलाखत चालू होती. बाई म्हणजे विळी आणि विनोद म्हणजे भोपळा असं त्यांचं एकमेकांशी जणू सख्य (का वितुष्ट?) असल्यासारखं वाटून त्यांनी उत्तरादाखल हा हास्यांकित प्रश्न विचारला. ''पाहिलं नाही बुवा कधी बायकांना विनोद करताना, विनोदी बोलताना! फारशा विनोदाच्या वाटेला त्या कधी जातच नसाव्यात.'' पुढे त्यांनी आपली ही मते प्रदर्शित केली. वर मुलाखतकारानेही ''विनोद हा शब्द पुल्लिंगी असतो म्हणून असेल,'' असे सांगून नंतर त्याला 'हा हा हा...' अशी हसती पुस्ती जोडली.

विनोदी साहित्यावर बेतलेल्या या कार्यक्रमात त्या लेखकाला चिं. वि. जोशी, आचार्य अत्रे, पु. ल. देशपांडे, द. मा. मिरासदार... ही नावे सांगत असताना पद्मजा फाटक, मंगला गोडबोले, दीपा गोवारीकर, इंद्रायणी सावकार... ही विनोदी लिखाण करणाऱ्या स्त्रियांची नावे आठवली नाहीत, हाच एक मोठा विनोद होता! खरं तर केवळ साहित्य क्षेत्रातच नव्हे तर हिंदी सिनेमात ज्या काळी जॉनी वॉकर, धुमाळ, मेहमूदसारखे कलाकार लोकांना हसवत त्याच काळी टुणटुण, शुभा खोटेसारख्या स्त्री कलाकार आपल्या नैसर्गिक, सहजसुंदर अभिनयाने त्यांच्याइतकेच (उलट बांगडीभर जास्तच) हसवत असत. पाश्चात्त्य देशांमध्ये 'ल्युसी' या विनोदी पात्राची भूमिका साकारणाऱ्या स्त्री कलाकाराभोवती गुंफलेल्या 'आय लव ल्युसी' आणि 'हियर इज ल्युसी'सारख्या मालिका तर अतिशय गाजल्या. मराठी नाटक-सिनेमांमधून

विनोदी भूमिका साकारणाऱ्या मनोरमा वागळे, दया डोंगरे, नयना आपटे, रंजना या स्त्री कलाकारांना कोण विसरेल? त्याचप्रमाणे आधुनिक काळातही वर्षा उसगावकर, सुप्रिया पिळगावकर, नीलम शिर्के इत्यादी कितीतरी स्त्रियांनी आपल्या विनोदी भूमिकांचा वेगळा ठसा उमटविलाय. तरीसुद्धा स्त्रिया विनोद करू शकत नाहीत, उलट त्याच विनोदाच्या विषय कशा असतात, हे 'हासून हासून खिळखिळीत' झालेल्या विनोदांनी

काही लोक पटवून देत असतात.

बायकांना विनोदाचे अंगच नसते, असे म्हणणाऱ्या काही विनोदी लेखकांचे अर्धे अधिक लिखाण तर स्वतःच्या बायकोवरील (अर्धांगिनी का हास्यांगिनी?) विनोदांनीच भरलेले असते. पत्नीचा स्वभाव कसाही असला तरी मारूनमुटकून, ओढूनताणून तो विनोदाच्या चौकटीत बसवला जातो. प्रेक्षकांमध्ये बसलेल्या अनेक समदुःखी लोकांकडून हशे आणि टाळ्या वसूल करण्याचा हा एक हातखंडा उपाय अगदी ब्रह्मचारी विनोदी लेखकांकडूनही वापरला जातो म्हणे!

मागे एकदा आपल्या विनोदी कथासंग्रहाच्या पुस्तक प्रकाशनाच्या कार्यक्रमात एका विनोदी लेखकाने, "मी एका बँकेत वीस वर्षे काम केले... हा हा हा..., आता मी व्हीआरएस घेतली आहे... ही ही ही... त्यामुळे मी खूप मोकळा झालो आहे... हू हू हू यापुढे आता मी खूप विनोदी लेखन करणार आहे... हे हे हे... अशी प्रत्येक वाक्यानंतर 'ह'ची बाराखडी चालवत अनेक विनोदी (त्यांच्या मते!) किस्से सांगितले. अर्थात संपूर्ण कार्यक्रमात त्रिकोणी चेहरे करून बसलेल्या लोकांनी ते लेखक स्थानापन्न झाल्यावर शेवटी (सुटल्यामुळे) खो... खो... खो...खो करून हसून मोकळी दाद दिली. दरवेळी प्रेक्षकांना गृहीत धरू नये हेच खरं!

खरं तर चार पुरुष एकत्र जमले की आरक्षण, संरक्षण, अर्थकारण, राजकारण, जागतिकीकरण, अशा प्रकारच्या विश्वात्मक चर्चा घडून वातावरण गंभीर होतं. पुरुषांना काही विनोदी पद्धतीने लिहायचे असेल तर वेगळा पवित्रा घ्यावा लागतो. परंतु चार बायका एकत्र जमल्या की लगेच हास्यकारंजी उडू लागतात. परंतु जसे पाककलेत स्त्रिया निपुण असतात, असं कोणी म्हटलं की लगेच 'जगातील उत्तमोत्तम बल्लवाचार्य पुरुषच आहेत,' अशी तत्परतेनं कानटोचणी मिळते. त्याचप्रमाणे स्त्रिया आणि विनोद? कसं शक्य आहे!' हे छापील मत नेहमी ऐकवलं जातं!

माझी एक मैत्रीण, कोणताही विनोदी किस्सा सांगितला की, 'मजाय रे,' 'मजाय रे,' 'मजाय रे,' अशी एखाद्या शायरने शेर पेश केला की 'मुजरा' करावा तशी म्हणत राहते. एकदा आम्ही तिला याचं कारण विचारलं. तेव्हा ती म्हणाली, "माझ्या पहिल्या मंगळागौरीच्या वेळेस जमलेल्या बायकांनी आपापल्या नवऱ्यांविषयीचे किस्से सांगायचे असे ठरले. एक मैत्रीण म्हणाली, 'माझ्या नवऱ्याला इतका गरम चहा

लागतो कपात चहा ओतला की पळतपळत त्याला नेऊन द्यावा लागतो.' दुसरी म्हणाली, 'अगं, मी चहा तयार होता होताच नवऱ्याला गॅसजवळच्या टेबलावर बोलावून घेते.' मी म्हणाले, 'अगं, माझा नवरा तर गॅसवर उकळत असलेला चहाच प्यायला सुरुवात करतो.' हे वाक्य मी बोलायला आणि माझ्या नवऱ्याची तिथे एंट्री व्हायला एकच वेळ आली. त्याच्या उकळत्या चहा पिण्याच्या या किश्श्याबद्दल तो इतका रागावून बसला की, त्याला मी मजा आहे, मजा आहे हे सांगून शिणून गेले. आता त्यानंतर कोणताही विनोदी किस्सा सांगितला की, मी लगेच 'मजाय रे,' 'मजाय रे,' म्हणून टाकते.

सार्वजनिक ठिकाणी नसेल पण घरात, कुटुंबात, सणावारी, स्त्रिया जेव्हा एकत्र जमतात तेव्हा त्यांचं बोलणं ऐकलं की लक्षात येईल की, त्यांच्यामध्ये कितीतरी विनोदी कळा दडलेल्या आहेत! उखाणे, म्हणी, जात्यावरची गाणी, विनोदी कहाण्या, किस्से, स्वगते यासारख्या प्रकारांना बायकांच्या मैफिलींमध्ये ऊत आलेला असतो.

हे बायका, शिकू, लिहू, वाचू लागल्यानंतरचे चित्र आहे असे नव्हे, तर काही दशकांपूर्वी माजघरात, स्वयंपाकघरात किंवा शेतात काम करणाऱ्या स्त्रियांनासुद्धा तगडा 'सेन्स ऑफ ह्यूमर' होता असे नाही तुम्हाला वाटत? सतत घरकामात व्यग्र असणारी माझी आजी, आपल्या अफाट निरीक्षणशक्तीच्या आधारे लोकांच्या इतक्या सहज नकला करत असे, तेव्हा संपूर्ण घरातल्या लोकांकडून तिला खळखळून दाद मिळत असे. इतकेच काय अगदी करारी आणि गंभीर प्रवृत्तीचे माझे आजोबाही तिच्या नकलांना (कधी पाहायला मिळाल्या तर) मिशितल्या मिशीत हसून दाद देत असत!

मात्र स्त्रियांच्या विनोदबुद्धीची आजही दखल घेतली जात नाही हे खरे आहे. कदाचित याचे कारण मला सुचलेल्या 'कवयित्रीची व्यथा' या कवितेत दडलेले असावे.

कवयित्रीची व्यथा
पुरुष कवीचं एक मात्र बरं असतं,
कुठून तरी, कधीतरी, त्यांना
कविता येऊ लागतात तेव्हा....

थाटात घालतात हाताची घडी
नजर लावून बसतात आढी
मग छानपैकी त्यांची वाढते दाढी
कधी फ्रेंच तर कधी म्लेंच्छ
डोळ्यांवर येतो चष्मा थोर
अन् चेहऱ्यावर साऱ्या जगाचा घोर
इकडे तिकडे फिरू लागतात
कविता यांच्या वाजून गाजतात
एक कविता केली की येतो चहा...
चार कविता? मग फराळाची बशीच येते पहा
कविता यांच्या होतात बारा
संमेलनाचे निमंत्रण येते घरा
'कविराज, कविराज काढा संग्रह'
आबालवृद्ध करतात आग्रह
पण कवयित्री करते जेव्हा कवितेशी मैत्री
अनंत अडचणींची हमखास खात्री!
'आई बासुंदी अशी काय गं झाली?'
'अरे, बासुंदी करताना कविता आठवली,
मग मीठ टाकले चुकून, साखर नाही टाकली
म्हणून बासुंदी मुळीच नाही आटली
अन् शिजवायला गेले तर वेडीवाकडी फाटली!'
'दिवसभर करतेस काय?
एकही वस्तू जागेवर नाय!'
पतीराज म्हणतात, घरात ठेवताच पाय!
साऱ्या धबडग्यातून कधी केली प्रेमकविता,
तर लोक म्हणतात, काय बोलावे आता?
लग्न झालं, मुलंबाळं झाली,
आता कसलं प्रेम?
पण हेच जर पुरुष कवीनं केलं तर मात्र लगेच
तुमचं आमचं सेम???

◆

फिरतीवर येकी घरीबस्तोस्का

हरेभरे पेड असलेली घने जंगल की घाटी, उंचे उंचे पहाड, त्यातून वाकडी तिकडी वळणे घेत जाणारा निमुळता रस्ता, बाजूने कलकल करत वाहणारी नदी आणि साऱ्या पार्श्वभूमीवर, 'मुसाफिर हूँ यारो' किंवा 'मै तो चला जिधर चले रस्ता', असे म्हणत हातात 'लकलकलकलक' हलणारी, हलकीशी bag घेऊन जाणारा, सुटाबुटातला शहरी, परदेसी बाबू, असं वाटतं की त्यात फक्त लेडीज रुमाल ठेवलेला आहे. पण घरी पोचल्यावर तो त्या बॅगेतून, 'ये तुम्हारे लिये दुर्गामौसी', 'ये तुम्हारे लिये चंदूचाचा' '...' 'ये तुम्हारे लिये मुन्नी' ...असे म्हणत, किमान ७० ते ८० वस्तूंचे वाटप करतो!

पुढे निमुळत्या रस्त्यावर त्याची वाट चुकते आणि मग घसरता घसरता, त्याला हाती ऊसाचं चिपाड घेतलेली, दाती तृण धरलेली आणि आत्ता फुटू का मग फुटू असे कपडे घालून गावभर उंडारणारी बक्बकी बसंती आणि मंदशी दिसणारी भोलीभाली चंदा भेटते. ती त्याला मिनटामिनटाला, "बाबूजी हम गाव के लोग अच्छे और सच्चे होते है," "यहा ऐसा होता है," "वैसा होता है चे पाठ देते.." ते इतकं छान गाव – गावच्या अच्छा अच्छ्या आणि प्याऱ्या प्याऱ्या लोकांना भेटत, तो घरी जातो तिथे त्याची दुर्गामौसी त्याला गाजर का हलवा आणि आलू के पराठे खिलवते, तेही 'मक्के दी रोटी, पुदिनेकी चटनी, सरसोंका साग, मसाला चावल असा दुपारच्या जेवणाचा साग्रसंगीत मेनू सांगत...

ही सगळी दृश्ये पूर्वी सिनेमात बघूनच आपण खुश होत असू. पण

हल्ली जागतिकीकरण आणि त्यामुळे आलेले उदारीकरण या गोष्टींमधून काही व्यवसायांचे होणारे उदरभरीकरण, यातून पर्यटन व्यवसाय फुला फळाला आलेला आहे. त्यामुळे पूर्वी सिनेमा थिएटर मध्ये केवळ सुस्कारे सोडत 'परदेसवाली' दृश्ये बघणारे लोक आता खुद्द स्वत: आस्वादकाच्या भूमिकेत देस - परदेस स्वैर फिरत आहेत. खरे तर स्थिरस्थावर झालेल्या मध्यमवर्गीयांना फिरते करणे सोपे असते, हे

पर्यटनकंपन्या ओळखून असतात आणि म्हणूनच 'हे फंड, ते फंड' असे खिशात बाळगणारे लोक पर्यटन कंपन्यांच्या याद्यांवर अग्रक्रमाने असतात. मग या लोकांना पटवायचे कसे?

तर हल्ली फिरण्याचे महत्त्व सांगताना, 'केल्याने देशाटन, पंडीत मैत्री, सभेत संचार...' अशी संत रामदासाची वचने ऐकवल्या जात नाहीत. त्याऐवजी 'फिरतीवर येकी घरीबस्तोस्का' 'जावाशिका भारी फिरा' किंवा 'त्याची पै फुंका' यांच्यासारख्या परदेशी विचारवंतांची वचने/कथने उधृत केली जातात. मग विदेशी प्रवास करायचाय तर विदेशी लोकांची वचने नकोत सांगायला?

''हे बघा, तुम्हाला एक सांगतो... अमुक एक गोष्ट अशीच का? या प्रश्नांचा ध्यास आपल्याला फिरवतो! आजवरचा इतिहास हेच सांगतोय की माणूस निसर्गाच्या चक्रात स्वतंत्रपणे पायाला चाक लावून फिरतो आणि हे वर्तुळ पूर्ण केल्यानंतर त्याच्या लक्षात येते की त्याचा प्रवास उगमापासून उगमाकडे झालेला आहे. सुप्रसिद्ध ब्रिटिश फिरस्ता 'इन्फो' नेच हे फार महत्त्वाचे सांगून ठेवलेले आहे.

सोसायटीमध्ये, एका पर्यटन कंपनीचा माणूस फिरण्याची महती समजावून सांगत होता. ''अहो, मग परत उगमाकडेच यायचे असेल तर फिरायचेच कशाला? आता त्यानंतर एक आजोबा लोकांमध्ये हशा पिकवत प्रश्नकर्ते झाले होते, ती गोष्ट वेगळी!

''प्रवास केल्यानंतरच तुम्हाला समजते की तुम्ही जगाच्या पसाऱ्यात किती छोटी जागा व्यापता ते...'', टीव्ही. वर सोफ्यावरची भली मोठी जागा व्यापलेल्या, पर्यटन कंपनीच्या संचालक महिलेने मागे असेच 'घुस्ताव घुमेन' या रशियन लेखकाचे वचन सांगितले होते.

येनकेन प्रकारेण आपली स्वत:ची पर्यटन कंपनी जगभरात फिरवून आणण्यासाठीच्या कामासाठी त्यांना गिऱ्हाईकांची गरज असते .....आणि तशी गरज भागवणारे लोक त्यांना विपुल प्रमाणात भेटत जातात. 'पर्यटनी रोग' हा संसर्गजन्य असतो. म्हणजे अगदी जवळस्थ स्वरक्ती नात्यातला किंवा सोसायटीतला दूरस्थ विरक्ती गोत्यातला... कुठेही जावून आल्याची जरा जरी कुणकुण लागली की आपल्याही अंगात फिरून येण्याची कणकणी येते. ते काही नाही, फिरून आलेच पाहिजे, अशा राणी भीमादेवी गर्जना घरात घुमू लागतात. महाराष्ट्र, भारत नको

बाई ...आता परदेशी गेलेच पाहिजे. मग त्यातल्या त्यात सिंगापूर, मलेशिया, दुबई... अशी जवळची स्थळे निवडली जातात. तिथे जाऊन आल्यानंतरची वर्णने न गेलेल्यांना ऐकवण्यात जास्त सुरक्षित आनंद! कारण मनातल्या मनात माहीत असते, की काही नाही, जरा बरी मुंबई बघितल्याचे छोटे समाधान लाखो रुपयांच्या बदल्यात मिळालेले असते!! बाकी तिथली स्थळे बघताना केलेली, अव्वाच्या सव्वा तंगडभ्रमंती, जेवणाचे झालेले हाल, केवळ आठ दिवसात ३/४ देश पालथे घालताना होणारी उलथापालथ यांच्याविषयी सुलभ मौन पाळायचे आणि वेळोवेळी तिथली शौचालये फार स्वच्छ असतात ब्वा ...असे हुळहुळते स्वर काढायचे ...हा तर एक सामाईक अनुभव!!...

भवानी बाई भटक्पुरे या भ्रमणभ्रमंत महिला आमच्या ओळखीच्या आहेत. त्या अनेक स्थळे बघून आलेल्या आहेत. आता ज्यांच्याशी त्यांनी लग्न केले आहे ते स्थळच मुळी त्यांना एक्कोणसत्तर स्थळे पाहून पसंत पडलं. यातल्या एक्कोणचाळीस स्थळांनी खरे तर त्यांना नकार दिला होता. पण त्या तसे कधीही सांगत नाहीत. फक्त इतकी स्थळे बघितली, तितकी स्थळे बघितली असे सांगतात. 'पती' फिरत्या चाकावरचा असावा एव्हढी एकच त्यांची अट होती ...आणि ती पूर्ण करणारा नवरा त्यांना भेटला.

त्यांचे पती एक मल्टीनॅशनल कंपनीत काम करतात, त्यामुळे सतत परदेश प्रवास करतात. "माझे मिस्टर नाश्ता लंडन ब्रिजवर करतात, जेवतात जर्मनीच्या black जंगलात आणि डिनर पिसाच्या मनोऱ्याजवळ करतात... "ही त्यांच्या आयुष्याची tag line त्या सतत मिरवत असतात.

पती कुठेही जाऊन आले की या पेन drive घेऊन हजर होतात. ते त्यांचे फोटो बघणे, एकवेळ ठीक आहे ..पण त्यांची कोमेंट्री ऐकणे अंमळ जड जाते. कारण त्या प्रत्येक फोटोच्या वेळी, "हा कुठला असेल सांगा बरे, ओळखा बरे, करत असतात एकतर त्यांचे पती थोडे वाढत्या अंगाचे आहेत. त्यामुळे त्यांच्या मागचे दृश्य नीट दिसत नाही. एकदा "अरे, हा तर तुमच्या दिवाणखाण्यातलाच फोटो दिसतोय! तो काय तो मागे फ्लोवर पॉट", असे मी एका फोटोला बघून म्हणाले ..पण तो फोटो त्यांचे पतीच्या ट्यूलिप गार्डनमध्ये उभे असतानाचा होता ... आणि भर पावसात काढलेला त्यांचा सुप्रसिद्ध आयफेल टॉवरसमोरचा फोटो

मला टकमक टोक वाटला होता!! पण तरीही त्या निष्ठेने, आपल्या पतींचे विविध देशांमधील फोटो दाखवून प्रश्नोत्तराच्या घाटातून प्रबोधन करत असतात.

आता तर त्या स्वत: पतीसमवेत परदेश प्रवासाला जाणार आहेत, हे सांगून गेल्या आहेत. मग आल्यावर आमचे काय हाल होतील? किती 'ओळखाबरे' 'ओळखाबरेची' गुळमुळीत उत्तरे तयार ठेवावी लागतील? पण यावेळी मी ठरवले आहे की, त्या गेल्या आहेत तोपर्यंत आमच्या 'सिरसम' या गावी फिरतीवर जायचे आणि तिथले अनेक फोटो काढायचे आणि आल्यावर त्यांना ऐतिहासिक माहिती देत 'ओळखाबरे' करत पिडायचे! आपल्या ग्रामीण भागातील निसर्गदृश्ये इतकी सुंदर असतात की कोणालाही ओळखाबरेचे उत्तर पटकन देता येणार नाही याची मला खात्री आहे!

◆